व्यंकटेश माडगूळकर

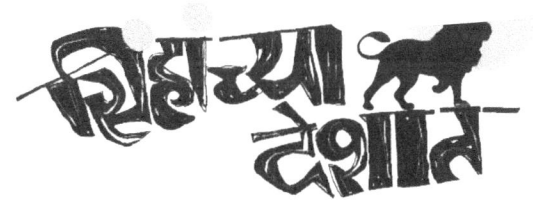

सिंहाच्या देशात

बर्नार्ड आणि मायकेल ग्रझीमिक यांनी
लिहिलेल्या 'Serengeti Shall Not Die'
या ग्रंथाचा संक्षिप्त अनुवाद

मेहता पब्लिशिंग हाऊस

SERENGETI SHALL NOT DIEby BERNARD & MICHAEL GRZIMEK

सिंहांच्या देशात / अनुवादित माहितीपर

अनुवाद : व्यंकटेश माडगूळकर

© ज्ञानदा नाईक

मराठी पुस्तक प्रकाशनाचे हक्क मेहता पब्लिशिंग हाऊस, पुणे.

प्रकाशक

सुनील अनिल मेहता, मेहता पब्लिशिंग हाऊस,
१९४१, सदाशिव पेठ, माडीवाले कॉलनी, पुणे - ३०.
© ०२०-२४४७६९२४
E-mail : info@mehtapublishinghouse.com
Website : www.mehtapublishinghouse.com

अक्षरजुळणी

इफेक्ट्स, २१/६ब, आयडिअल कॉलनी, कोथरूड, पुणे - ३८.

मुखपृष्ठ व मांडणी

चंद्रमोहन कुलकर्णी

मुखपृष्ठावरील लेखकाचे छायाचित्र
शेखर गोडबोले

रेखाचित्रे

व्यंकटेश माडगूळकर

प्रकाशनकाल

दुसरी आवृत्ती २६ जानेवारी, १९९३ /
पुनर्मुद्रण २६ जानेवारी, २००८ /
मेहता पब्लिशिंग हाऊस यांची चौथी आवृत्ती मे, २०१२ /
पुनर्मुद्रण : ऑगस्ट, २०१३

ISBN 978-81-8498-383-8

देवांना प्रिय असा आपला देश! सस्यशामला अशा या भूमीवर निसर्गाची जादू ठायी ठायी पाहण्यास मिळते. अशा या निसर्गाच्या जादूने जो उल्हसित होत नाही, त्याच्यात काही कमतरता आहे, असे समजावे. वन्य पशुपक्षी ही निसर्गाची लेकरे! तिच्या अंगाखांद्यावर ती आजवर मुक्तपणे बागडली, परंतु मानवाने आपल्या स्वच्छंद वागण्याने वन्य प्राणिजीवन आज धोक्यात आणले आहे. भारतातील लोकवस्ती दिवसेंदिवस वाढत आहे. या वाढलेल्या तोंडात घास भरवण्यासाठी शेती-उत्पादनात वाढ होणे अवश्य आहे. शास्त्रीय पद्धतीने अधिक धान्य पिकवले जाईल; पण ते न समजून शेतीसाठी वनांचा संहार होत आहे. या संहारातून स्वाभाविक वन्य प्राणीही सुटलेले नाहीत.

माणसाला जे निर्माण करता येत नाही, त्याचा नाश करण्याचा त्यास काय अधिकार? पण एवढा विवेक राहतो कोठे? वन्य प्राण्यांची सरसहा कत्तल चालू आहे. सुंदरवनातील एकशिंगी गेंडा नष्ट झाला आहे. वनराज सिंह हा केवळ गीरच्या छोट्या भागातच शिल्लक आहे. भारतीय चित्ता दिसेनासा झाला आहे. गोदावरी नदीच्या पूर्वेकडील प्रदेशात रानरेडे आता चुकूनमाकूनच आढळतात. भारतीय हरणे, तो रुबाबदार काळवीट नाहीसा होण्याच्या मार्गावर आहेत. कित्येक दुर्मीळ प्राणी आणि पक्ष्यांना आपण अजिबात मुकलो

आहोत. त्यांचे दर्शन केवळ चित्रात होणार! निसर्गाचा समतोलही आपण बिघडवून टाकला आहे. भारताला स्वातंत्र्य मिळाले आणि पं. नेहरूंसारखा, प्राण्यांवर मुलांप्रमाणे प्रेम करणारा पंतप्रधान आपणास लाभला होता; पण तरीही वन्य प्राण्यांच्या संरक्षणाबाबत विशेष काही घडले नाही. पं. नेहरूंनी या हत्येबाबत लिहिताना, 'कोणत्याही देशात जीवहत्येबाबत भारताइतका काटेकोरपणा पाळला जात नाही. साप-विंचवासारखे प्राणीही या देशात न मारता पकडून गावाबाहेर सोडले जातात; परंतु हा तात्त्विक अतिरेक एका बाजूस, तर दुसऱ्या बाजूस प्राणिजगताबद्दल सर्वस्वी बेफिकिरी येथे आढळते. भारतीय पशु-पक्ष्यांची सचित्र माहिती देणारी, मुलांना आकर्षक वाटणारी किती थोडी पुस्तके आपणाकडे आहेत! आपल्याबरोबर या सृष्टीत विहार करणारे ते चपळ, रुबाबदार, राजशाही प्राणी आणि इंद्रधनूचे सप्तरंग धारण करणारे पक्षी नसतील, तर सृष्टी उजाड भासेल. आपण ही वनसंपत्ती टिकवली पाहिजे, संरक्षिली पाहिजे.' असे उद्‌गार काढले आहेत. वन्य प्राण्यांच्या संरक्षणासाठी आपण काहीच केले नाही, असे नाही. बंदीपूर, पेरियर, शिवपुरी, गीर, कॉरबेट आदि १६ 'भारतीय' सँक्च्युअरीज आपण निर्माण केल्या आहेत. महाराष्ट्रातही चांदा जिल्ह्यातील ताडोबा आणि कोल्हापूर जिल्ह्यातील राधानगरी ही उद्याने संरक्षित आहेत, हे खरे. आफ्रिकेसारखी विशाल राष्ट्रीय उद्याने आपण निर्माण करू शकत नाही, पण तरीही पुष्कळ करता येण्याजोगे आहे. कौटिल्याने राज्यशास्त्राचा विचार करताना अशी अभय-अरण्ये निर्माण करण्याबाबत पूर्वीच लिहून ठेवले आहे. अशोकाने जलचर आणि वनचरांना संरक्षिले होते. पण आपण आपली परंपरा इतर बाबतीत कितीशी पाळतो? या बाबतही आपण आपला जीव टाकून वनचरांचे जीव कितीसे वाचवू? पण असा जीव टाकून मानवाला मिळालेल्या परमेश्वरी वरदानाचे संरक्षण करण्याचा प्रयत्न इतर स्वतंत्र राष्ट्रांतील स्वतंत्र विचारांच्या पुरुषांनी केला आहे. अशाच एका पराक्रमी जर्मन बाप-लेकांनी आफ्रिकेतील वनसंपत्तीच्या संरक्षणासाठी आपला जीव कसा ओवाळून टाकला, याची ही कथा!

■

अकरा डिसेंबर एकोणिसशे सत्तावन्न. एक झाकाळून आलेली सकाळ. एका मोटारवर चालणाऱ्या आमच्या विमानातून मी स्वित्झर्लंडच्या रोखाने चाललो होतो. खालचा रस्ता ताशी एकशे पन्नास मैल वेगाने गुंडाळला जात होता.

नदी धरून चालले, म्हणजे दिशा चुकण्याची धास्ती नव्हती. पुढचा विचार करायला वेळ मिळत होता.

मला काळजी वाटत होती. सहा हजार मैलांच्या प्रवासाची ही सुरुवात होती. अजून वाळवंट ओलांडायचे होते, इजिप्त पार करायचा होता, मध्य-आफ्रिका मागे टाकायचा होता आणि विषुववृत्त ओलांडायचे होते.

माझे वय अठ्ठेचाळीस. तसा स्वभावही धाडशी नाही. घोडदौड सोडली, तर दुसऱ्या कसल्याही खेळात रस नाही. असे असून व्हिक्टोरिया सरोवराच्या दिशेने निघालेल्या ह्या एवढ्याशा विमानात को-पायलट म्हणून मी बसलो होतो, या गोष्टीवर माझाच विश्वास बसत नव्हता.

वयाच्या एकविसाव्या वर्षी मी लग्न केले. आता मुलगा कळता झाला होता. कातडी जाकिट घालून माझ्या शेजारी बसलेला मायकेल आता तेवीस वर्षांचा होता. आमचे नाते केवळ पिता-पुत्राचे नव्हते. मायकेल हा माझा एकुलता एक, अगदी खरा मित्रही होता.

एवढासा असल्यापासून माझ्या कामात तो मदत करत होता. लांडगा-कुत्र्यांवर माझे संशोधन चालू असताना त्याने मला मदत केली होती. पुढे पशु-पक्ष्यांची फोटोग्राफी करणाऱ्या कलेत त्याने मलाही मागे टाकले. सिने-फोटोग्राफी शिकून पदवी मिळवली. सतराव्या वर्षी त्याने केलेल्या डॉक्युमेंटरी-चित्रपटाला प्रमाणपत्र

मिळाले. त्यानंतर मी लिहिलेल्या 'नो रूम फॉर द वाइल्ड ॲनिमल्स' या पुस्तकावर रंगीत चित्रपट काढण्याचा निश्चय त्याने केला.

गाजलेली पुस्तकेसुद्धा काही हजार लोकांपेक्षा जास्ती लोकांकडून वाचली जात नाहीत. आम्हाला युरोप आणि अमेरिकेतील लक्षावधी लोकांच्या मनावर बिंबवायचे होते की, सिंह, हत्ती, गेंडे, जिराफ ही जनावरे हळूहळू नाहीशी होत चालली आहेत. त्यांच्यासाठी असलेली राखीव जंगले लहान लहान होत आहेत.

ह्या चित्रपटासाठी सरकारकडून अर्धा खर्च मिळणार होता. आफ्रिकेहून परत आलो आणि आम्हाला धसका बसला. थोर कलावंत म्हणून जगभर प्रसिद्ध असलेला आणि चिक्कार पैसेवाला वॉल्ट डिस्ने ह्याने आफ्रिकेवर चित्रपट काढला होता आणि तो तेव्हाच दाखवला जाणार होता. पहिल्याच वितरण संस्थेने आमचा चित्रपट घेण्याचे साफ नाकारले. शेवटी मायकेलने जवळ जवळ पन्नास हजार डॉलर्स इतक्या रकमेचे चेक्स फाडले आणि आमच्या चित्रपटाचे संकलन झाले. रंगीत प्रती काढून झाल्या. साउण्ड ट्रॅक करून झाला.

चित्रपट व्यवसायातील तज्ज्ञ लोक म्हणाले, "तुमच्या चित्रपटातील प्राणी फारच गरीब आहेत. यापूर्वी निघालेल्या चित्रपटात भक्ष्यावर झडप घालणारे सिंह होते, माणसाच्या अंगावर धावून जाणारे साप होते, हल्ला करणारे हत्ती नेमक्या क्षणी गोळ्या घालून मारलेले पडद्यावर दिसत होते."

आम्ही बापडे शास्त्रज्ञ होतो. वन्य पशुपक्षी कसे राहतात, एवढेच आम्ही आमच्या चित्रपटात दाखवले होते.

धडधडत्या छातीनेच आम्ही हा चित्रपट बर्लिन महोत्सवासाठी धाडला. महोत्सवाच्या शेवटच्या दिवशी आमचा चित्रपट दाखवणार होते. सकाळी आम्ही चहापार्टीला पत्रकार बोलावले, पण बरोबर दहा वाजताच धो धो पाऊस कोसळला आणि कुणी पत्रकार आमच्या दिशेने फिरकला नाही. सँडविचेसच्या ढिगाशेजारी आम्ही दोघेच चिमणीएवढी तोंडे करून बसून होतो.

चित्रपटाचा पहिला खेळ चालू असताना वक्तृत्व चढाओढीत भाग घेतलेल्या शाळकरी पोरासारखे वाटत होते. मध्यंतराच्या सुमारास, मावळत्या सूर्याच्या प्रकाशाने तांबड्यालाल झालेल्या आकाशाच्या पार्श्वभूमीवर जिराफाच्या तीन काळ्या आकृती जेव्हा दिसल्या, तेव्हा एकाएकी प्रेक्षकांची वाहवा मिळाली. माझ्या शेजारी बसलेल्या मायकेलने माझा गुडघा घट्ट दाबला.

शेवटी, प्रकाशझोतात तो स्टेजवर उभा राहिला, तेव्हा प्रेक्षकांना अभिवादन कसे करावे, हेही बापड्याला माहीत नव्हते. कौतुकाने, आदराने लोकांनी फुलांचे गुच्छ दिले, त्याचे काय करावे, हे कळत नव्हते.

बक्षीससमारंभ झाला. हॉल अर्धा रिकामाच होता. फार उशिरापर्यंत थांबवून

ठेवले, म्हणून पत्रकार रागावून निघून गेले होते.

आमच्या चित्रपटाला तीन बक्षिसे मिळाली. प्रेक्षकांची जास्तीत जास्त मते मिळवली म्हणून एक, आंतरराष्ट्रीय परीक्षकांनी निवडले म्हणून दुसरे आणि सरकारचे तिसरे.

म्युनिकमधल्या एका थिएटरात आमचा चित्रपट बारा आठवडे चालला. एकूण त्रेसष्ठ देशांत तो दाखवला गेला.

आम्हाला वाटले, ज्या लक्षावधी लोकांनी तिकिटे काढून हा चित्रपट पाहिला, त्यांना प्राणिसृष्टीसंबंधी आस्था होती. चित्रपटगृहात प्रवेश मिळण्यासाठी त्यांनी जे पैसे दिले, ती एक प्रकारे ह्या कामी मदतच होती. टांगानिकाच्या ब्रिटिश सरकारने निर्णय घेतला होता की, सेरेनगटी ह्या नॅशनल पार्कचे क्षेत्रफळ एक तृतीयांशाने कमी करावे. आमचा चित्रपट ह्या संकल्पाविरुद्ध निषेध व्यक्त करणारा होता. ह्या चित्रपटाचे निर्माते म्हणून जो वाटा आम्हाला मिळाला होता, ते सर्व पैसे मायकेलने ब्रिटिश सरकारला देऊ केले. ह्या पैशांतून जंगल विकत घ्यावे आणि पशुपक्ष्यांना संरक्षण द्यावे, अशी त्याने विनंती केली. यावर टांगानिक नॅशनल पार्कचे डायरेक्टर, कर्नर पेटर मॉली हे फ्रँकफूर्टला आले आणि त्यांनी आम्हाला सूचना केली की, ही रक्कम दुसऱ्या काही महत्त्वाच्या कामी खर्ची घाला! सांगितले, ''सेरेनगटी कुरणात दहा लाखांच्यावर मोठी जनावरे आहेत आणि त्यांचे मोठेमोठे कळप सारखे हिंडतफिरत असतात. काही काही वेळा, एकाला एक लागून चरणारे प्राणी नजर पोचेल तिथवर दिसतात. पुन: काही दिवसांनी पाहावे, तर त्याच जागी महिनोन् महिने एकही जनावर नजरेला पडत नाही. जनावरे चरायला गेलेली असतात. त्यांच्या या स्थलांतरासंबंधी अनेक अनुमाने आहेत. सरकारने घेतलेला क्षेत्रफळासंबंधीचा निर्णय हा अशाच अनुमानावर भिस्त ठेवून घेतलेला आहे.'' त्या भटक्या कळपाचा मागोवा कसा घ्यावा, याचा शोध अद्याप कोणी घेतला नव्हता. या भागातले रस्ते चांगले नव्हते. त्यांच्यावरून पावसाळ्याच्या दिवसांत स्टेशनवॅगनसुद्धा चालवणे मुश्कील! त्यातून दलदलीच्या जागा, डोंगर, नाले ओलांडायचे!

ह्या असल्या संशोधनासाठी सरकारजवळ पैसा नव्हता. कसा असेल? पृथ्वीतलावरील कोणत्या सरकारपाशी सिंह, जिराफ आणि झेब्रे यांच्यावर खर्च करायला पैसा आहे?

आमच्या घराच्या व्हरांड्यात रेलिंगवर तंगड्या टाकून पडल्यापडल्या या प्रश्नावर आमची चर्चा चालली होती.

एकाएकी मायकेल म्हणाला, ''आपण विमान चालवायला शिकलं पाहिजे!''

मी थंड झालो!

या पोराचे म्हणणे वावगे नव्हते; बरोबर होते, हे मला कबूल केले पाहिजे. दहा

वर्षांपूर्वी त्याच पद्धतीने त्याने मला मोटार शिकायला लावले होते.

या मुद्द्यावर आम्हा दोघांना आमच्या बायकांशी बरेच आठवडे लढा द्यावा लागला. कसून अभ्यास करून मी परीक्षा दिली आणि यशस्वी झालो. माझ्याबरोबर परीक्षेला बसलेले दोन जुने वैमानिक नवा परवाना मिळवण्यासाठी आले होते, ते नापास झाले. माझ्यापेक्षा त्यांचा अनुभव मोठा होता. मला कष्ट करून पास व्हावेच लागले. नाही झालो, तर ही गोष्ट वर्तमानपत्रात येईल आणि माझे हसे होईल, अशी धास्ती होती ना!

वैमानिक झाले, म्हणजे आपल्या सवयी काही विलक्षण तऱ्हेने बदलाव्या लागतात. सकाळच्या न्याहारीला कॉफीचा अगदी लहानसा एकच कप घ्यायला मी शिकलो. लहान विमानात 'जाऊन येण्याची' तशी काही सोय नसते. पुरुषांसाठी नाही आणि बायकांसाठीही नाही. एकदा अशा आणीबाणीच्या परिस्थितीत मला विमान जमिनीवर उतरवावे लागले आणि ते सोपे काम नाही, हे लक्षात आले. नीट रीतीने तुम्ही जरी उतरला, तरी लगेच तुम्हाला जवळपासच्या वस्तीवर जाऊन मुख्य हवाई ठाण्यावर टेलिफोन करावा लागतो. मग पोलीस येईपर्यंत थांबायचे. परत उड्डाणासाठी कायदेशीर परवानगी घ्यायची; आणि हे सारे झाल्यावर मग पुन्हा प्रवास सुरू व्हायचा.

इतक्या भानगडी करण्यापेक्षा कॉफीच बेताने घेतलेली बरी नाही का?

प्रवासाला निघण्यापूर्वी मी माझ्या शिकवणाऱ्याकडे गेलो. कारण कित्येक आठवडे एक विचार मला छळत होता. मी ह्या गृहस्थांना म्हटले, "मेहरबानी करून अगदी खरं खरं मला सांगा. मायकेल हा तुमचा मुलगा असता, तर हे विमान घेऊन त्याला तुम्ही आफ्रिकेला जाऊ दिलं असतं का?"

मी स्वत: विमान चालवायला शिकण्यामागे हेच कारण होते. एकटा मायकेल वाळवंटावरून विमान घेऊन जातो आहे, ही नुसती कल्पनासुद्धा माझी झोप उडवायला पुरेशी होती. शिवाय, कुठल्याही गोष्टीत पोरगा आपल्या पुढे गेलेला बापाला आवडत नाही.

हा प्रवास पुढे ढकलण्याचीही सोय नव्हती. सेरेनगटीचे काम लगेच व्हायला हवे होते, नाहीतर सरकारने आपला निर्णय पक्का केला असता. एखादे विमान आफ्रिकेतच भाड्याने किंवा विकत घेऊन काम उरकणेही शक्य नव्हते. कारण आम्हाला अगदी सावकाश उडेल आणि हातरुमालावरसुद्धा उतरू शकेल, असलेच विमान पाहिजे होते.

मी विचारले, "का हो, बोटीत घालून विमान तिकडं नेलं तर?"

आमचा विमानमास्तर म्हणाला, "तसं केलं, तर तुमचं पहिलं उड्डाण तुम्हाला वाळवंटावर करावं लागेल आणि तिथं कुठंही मदत मिळणार नाही. मायकेल हा

माझ्या उत्तम विद्यार्थ्यांपैकी आहे. तो हाडाचा वैमानिक आहे. विमानउड्डाणाचं प्रॅक्टिस तुम्ही जमिनीवर उडून केलं काय आणि इतर कुठं केलं काय, काही फरक पडणार नाही.''

तात्पर्याची गोष्ट म्हणजे आम्हाला विमानाचे उड्डाण चुकवता येण्याजोगे नव्हते. ठीक आहे, म्हटले. नाहीतरी आजपर्यंत आम्ही फालतू गोष्टीसाठीसुद्धा मोठा धोका पत्करला होता. मग जंगलातल्या संशोधनाची ही संधी का दवडा?

गोरोंगोरो

आपल्या मुक्कामावर तर सुखरूप पोचलो. व्हिक्टोरिया सरोवराचा परिसर आमच्या देशापासून सहा हजार मैल दूर. विषुववृत्ताच्या दक्षिणेस अदमासे दोनशे मैलांवर होता. आम्हा दोघांच्याही मनावर भीतीचे सावट आले. 'हे अंगावर घेतलेले काम आम्हाला झेपेल का?'

सेरेनगटी नॅशनल पार्कचे जवळजवळ चार हजार पाचशे चौरस मैलांचे क्षेत्रफळ आम्हाला तपासायचे होते. ह्या पार्कच्या सरहद्दी आखल्या नव्हत्या. नकाशात दाखवलेल्या होत्या, इतकेच. तरीही त्यांची लांबी एकशे वीस मैल होती. हा भाग समुद्रसपाटीपासून चार हजार ते तेरा हजार फूट उंचीवरचा होता. रस्ता असा एकच होता; तोही पार्कच्या निम्म्या भागापर्यंत जाऊन थांबणारा. जीपनेसुद्धा जाता येणे कठीण होत असे.

ह्या एवढ्या भागात हत्तीपासून हरणापर्यंत दहा लाखांवर जनावरे होती. जंगली प्राण्यांचे मोठमोठे कळप असलेले हे आफ्रिकेतील एकमेव ठिकाण होते. इथे विपुल प्रमाणात असणारे सिंह आफ्रिकेतील सिंहांत नंबर एकचे देखणे समजले जात.

ह्या सर्व प्राण्यांची शिरगणती करावयाची आणि त्यांच्या हालचालींचा बरोबर पत्ता लावायचा, असा आमचा हेतू होता.

पहिल्यांदा आम्ही ठरवले होते की, तुकड्यातुकड्यांनी ह्या सगळ्या रानाचे फोटो घ्यायचे, नकाशाप्रमाणे हे फोटो जुळवायचे आणि दिसणारी जनावरे मोजायची; पण त्यात अडचण होती. नुसत्या फोटोवरून जनावरांच्या जाती ओळखणे कठीण

होते. झेब्रा कुठला, हरण कुठले, असा गोंधळ झाला असता.

शिवाय, तीन हजार फुटांपेक्षाही कमी उंचीवरून विमान चालवून लहान भागांचे फोटो घेणे आवश्यक होते. ह्या उद्योगाचे गणित मांडून घेतले, तेव्हा आमच्या ध्यानात आले की, इतर प्रकारे मोजदाद करावयाची, म्हणजे ह्या सर्व भागांचे कमीत कमी पन्नास हजार फोटो घ्यावे लागले असते. पैशाच्या हिशोबात, तेवीस हजार पौंड खर्चावे लागले असते. आम्हाला आमच्या चित्रपटावर मिळालेल्या एकूण नफ्यापेक्षा ही रक्कम जास्ती होती.

फोटो काढण्याची कल्पना सोडून आम्हाला विमानातून जनावरे मोजणे भाग होते.

ही पद्धत नेमकी होती की नाही हे कळावे, म्हणून आम्ही एका नैसर्गिक प्राणिसंग्रहालयातील जनावरे मोजून पाहिली.

हे प्राणिसंग्रहालय जगातील सर्वांत मोठे समजले पाहिजे. तेथे नऊ हजार जनावरे होती आणि भोवती दोन हजार फूट उंचीचा तट होता. वस्तुत: हे शांत झालेल्या ज्वालामुखीचे भले मोठे तोंड होते. गारोंगोरो, हे त्याचे नाव. एवढे मोठे ज्वालामुखीचे तोंड जगात इतरत्र कुठेही नाही. कधी काळी लाव्हा रसाने उकळणारे हे ठिकाण आता हिरव्यागार कुरणाने भरून गेले आहे. चोहोबाजूंना प्रचंड भिंती उभ्या आहेत.

हे दृश्य आभाळाऐवजी जमिनीवरूनच बघावयाचे, म्हणून आम्ही मोटारीने निघालो. बरीच वळणे मागे टाकून, डोंगराला वळसा घालून काटेवनातून शिरून, कधी एका बाजूला दरी असलेल्या रस्त्यावरून, तर कधी एका बाजूला कडा घेऊन आम्ही वर चढलो. दाट जंगल लागले. थोड्याशा मोकळ्या रानात येताच उजव्या बाजूला दृष्टी टाकली.

थक्क होऊन मायकेलने मोटार थांबवली. नीट पाहता यावे म्हणून आम्ही पायउतार झालो. कोणत्याही दृश्याने अंत:करण हलले, म्हणजे मान कलती करून नागपुड्या विस्फारण्याची सवय माझ्या मुलाला होती. तो एकटाच त्या दृश्याने हलला नव्हता, तर मीही! ज्वालामुखीच्या या दृश्याचे नेमके वर्णन करणे ही अशक्य गोष्ट आहे. तुलनाच नाही, असे हे ठिकाण आहे. जगातील अनेक चमत्कारांपैकी हा एक चमत्कार आहे.

रात्री नॅशनल पार्कच्या गेम वॉर्डनकडे मुक्काम केला. समुद्रसपाटीपासून आम्ही नऊ हजार फुटांवर होतो.

दुसऱ्या दिवशी सकाळी झेब्र्यामुळे रंगवलेली आमची मोटार घेऊन आम्ही तोंडाचा तळ गाठला. विल्डबीस्टचे मोठमोठे कळप आढळले. आमची मोटार चाळीस-पन्नास यार्डांवर आल्यावरसुद्धा ते बुजत नव्हते. वाट देत होते. झेब्रे बराच

वेळ आमच्या मोटारीबरोबर पळत आणि अगदी नको त्या वेळी ते रस्ता ओलांडायचे ठरवत. हा प्रकार बघून वाटत होते की, ह्या बेटयांच्या मनात एखाद्या खेळाडूप्रमाणे शर्यत जिंकण्याची महत्त्वाकांक्षा होती.

एका खळग्यात, गेंड्याची मादी आणि तिचे पोर आम्हाला दिसले. बेताबेताने आम्ही त्यांच्यापासून चाळीस-पन्नास यार्डांवर गाडी नेऊन उभी केली. आई आणि पोर दोघेही शांतपणे उभी होती. हल्ला करण्याचा किंवा पळून जाण्याचा काही विचार त्यांनी दाखवला नाही. आपला काय संबंध, अशा थाटात दोघेही होती. कारण आज बरीच वर्षे ह्या भागात शिकारीला बंदी होती.

गेंड्याशी कसे वागावे, याची कल्पना मला होती. फ्रँकफ्रूर्टच्या प्राणिसंग्रहालयात कॅथरीन नावाची मादी आम्ही पाळलेली होती. ती धारसुद्धा काढू देत असे. तिच्यादेखत तिच्या पोराशी आम्ही खेळत असू. एखाद्या गरीब गाईसारखी ती माणसाळलेली होती. नर गेंडा थोडा मस्तावला होता, पण तसा साधा बैलसुद्धा कुरणात असताना त्याच्याजवळ जाण्याची आपली छाती होत नाही.

ह्या कॅथरीनने एकवार मला धडा शिकवला. ती डुलक्या घेत असताना मी नेहमी जवळ जात असे. तिच्या माथ्यावर थोपटत असे. एके दिवशी सकाळी हीच नित्याची गोष्ट मी केली. पण हे साफ विसरलो की, त्या दिवशी मी पायात क्रेपसोलचे बूट घातलेले होते. कॅथरीनच्या अगदी जवळ उभा राहून मी एकदम तिच्याशी बोललो, त्यासरशी ती डरकली आणि धावून आली. मी नावाने हाका मारल्या, तेव्हा कुठे तिने माझा आवाज ओळखला आणि माझ्यापासून काही इंचांवर आलेली थांबली.

मी धडा घेतला. गेंडे अगदी गाढ झोपतात. झोपमोड झालेली त्यांना मुळीच खपत नाही. मसाई पोरांनी ह्यावर एक खेळच बसवलेला आहे. झोपलेला गेंडा बघून अगदी चोरासारखे त्यांच्यापर्यंत जायचे. हळूच एक खडा त्याच्या अंगावर ठेवायचा. दुसऱ्या पोराने गेंड्याला जागे न करता खडा उचलून आणायचा. पुन्हा एका पोराने ठेवायचा, तिसऱ्याने काढून आणायचा. गेंडा जागा होईपर्यंत हा खेळ चालतो.

आता ह्या खेळात धोका नाही कोण म्हणेल? मसाई पोरांनीच तो खेळावा.

आपल्या दिशेने माणूस येताना दिसताच रानातला गेंडा काय करतो, ते मला बघावयाचे होते. गाडीतून खाली उतरून मी त्या मायलेकरांजवळ जाऊ लागलो. गेंडा धावून अंगावर येणार का? मायकेल टेलिफोटो लेन्समधून बघत होता. फनेलच्या आकाराचे चार कान माझ्या दिशेने वळले, पोर चटकन आईच्या मागे जाऊन उभे राहिले. वयाने वर्षाभराचे असावे.

मी अगदी बेफिकीर होतो, असे दाखवत तीन एक यार्ड चालत गेलो, पण माझ्या पावलांतले अंतर नकळत कमी झाले होते. एकदम फुस्कारून मादी धावून

आली. दुसऱ्या क्षणी धाडकन मोटारीचे दार बंद झाले. मी सुरक्षित राहिलो. मायकेलचे खो खो हसणे ऐकू आले. मादी मोटारीपासून काही यार्डांवर उभी राहिली. मी दिसत नाही, याची तिने खात्री करून घेतली. मग ती आपल्या पोराकडे धावत गेली.

तिने खरोखरीच हल्ला चढवला असता, तरी दहा माणसे मावतील, एवढ्या आमच्या स्टेशनवॅगनला काही धोका नव्हता. दीड टन वजन असलेला गेंडा मोटारीवर हल्ला करतो, असा सर्वसाधारण समज आहे; पण तो खरा नाही. धावून आलेला गेंडा मोटारीनजीक येऊन थांबतो आणि शिंग मारतो. यामुळे पोचा येण्यापलीकडे काही होत नाही.

रानरेड्याने माणसे मारलेली मी पाहिली आहेत, पण गेंड्याने माणूस ठार मारला, असे मला माझ्या सर्व प्रवासात ऐकायलासुद्धा मिळाले नाही. अर्थात असे केव्हा घडलेच नसेल, असे नव्हे.

झेब्र्याची एक मादी आणि तिचे पोर पलीकडच्या हिरव्या टेकडीवर चरत होते. त्यांच्या शेजारीच दोन पडकी घरे होती. अडॉल्फ सिडेन्ट्रॉफ नावाच्या जर्मन माणसाची ही वस्ती होती. त्याचा भाऊ फ्रेडरिक विल्यम म्हणून होता. त्यानेही ह्या तोंडाच्या दुसऱ्या बाजूला वस्ती टाकली होती. एकोणीसशे आठ सालच्या सुमारास ह्या दोघा भावांनी इथे बाराशे गुरे पाळली होती. शहामृग आणि झेब्रे पाळण्याची खटपटही त्यांनी केली होती. त्या दोघा भावांची माहिती मिळवण्याचा मी प्रयत्न केला, पण विशेष काही मिळाले नाही.

आरुषाला राहणाऱ्या एका जर्मन ऑफिसरने मला पत्राने कळवले की, हे दोन बंधू आणि त्यांचा मित्र हार्टनुंग, ही जर्मन ईस्ट आफ्रिकेतील मोठी तऱ्हवाईक माणसे होती. पळून जाणाऱ्या नोकराच्या पायावर गोळी घातली, म्हणून हार्टनुंगला दोनशे रुपये दंड झाला होता. पहिल्या महायुद्धाच्या सुमारास मसाई लोकांकडून हा माणूस मारला गेला. त्याच्याबरोबर काम करणाऱ्या एकोणीस कामगारांचीही कत्तल मसाईंनी केली.

सिडेन्ट्रॉफ बंधूंच्या बरोबर ह्या भागात शिकार खेळलेल्या एका सत्तर वर्षाच्या जर्मन अधिकाऱ्यांचे मला पत्र आले. हा गृहस्थ आता म्युनिकमध्ये राहत होता. त्याच्या म्हणण्याप्रमाणे, त्या काळी ह्या भागात चोवीस हजार झेब्रे आणि विल्डबीस्ट होते. आता ही संख्या फक्त आठ हजार होती. त्यात हरणेही होती. (असे असूनसुद्धा हल्ली भाषा ऐकू येते की, ह्या जनावरांतली काही कमी करावीत म्हणजे, मसाई लोकांच्या गुरांना चरण्यासाठी रान मिळेल.) त्या काळी ह्या भागात सिंहाची शिकार होत होती. आतापेक्षा तेव्हा सिंह जास्त बुजरे होते. हल्ली दिवसाउजेडी सिंह दिसत नव्हते. रात्रीअपरात्री गर्जना मात्र ऐकू येई. सिडेन्ट्रॉफ बंधूंनी जंगली लोकांना कामाला

लावले. हाका घालून ह्या भागातले सगळे विल्डबीस्ट त्यांना हाकून द्यायचे होते. हे सगळे रान गायरान म्हणून त्यांना हवे होते, पण नाना प्रयत्न करूनसुद्धा त्यांना एकसुद्धा विल्डबीस्ट हाकलता आला नाही.

मग आमची झेब्र्यासारखी रंगवलेली मोटार वळणे वळणे घेऊन तोंडाच्या कंगोऱ्याशी आली. आमचे विमान उतरण्याजोगी सपाटी आम्हाला हवी होती. ती शोधण्यासाठी आम्ही हिंडू लागलो. वाटेत कोंगोनिसचे कळप आमच्या मोटारीला वाट देत होते. गोरोंगोरोच्या थोडे वर मालांजा नावाचे आणखी एक तीन मैल रुंदीचे ज्वालामुखीचे तोंड होते. इथे आम्हाला विमान उतरवण्यासाठी मैदान मिळाले. तरसाची बिळे, खडक, दगड असा काही प्रकार ह्या मैदानात नव्हता. आमच्या सोबतीने आलेल्या शिकाऱ्यांनी खुणेसाठी दगड रचले आणि चुन्याचे पाणी त्याला लावून दिले.

नॅशनल पार्कचे दोन्ही गेम वॉर्डन, त्यांचे साहाय्यक ह्यांपैकी कोणीही आमच्याबरोबर विमान उड्डाण करायला राजी नव्हते. हे दोन गेम वॉर्डन एकमेकांपासून ऐंशी मैलांवर राहत होते आणि त्यांचा डायरेक्टर आरुषाला म्हणजे त्याहीपेक्षा दूर राहत होता. रोज साडेसहाला एकदा, साडेनऊला एकदा आणि दीडला एकदा असे तीन वेळा ते बिनतारी तारायंत्रावर बोलत. जरा बोलायचे, मग स्टॉप म्हणून बटण दाबायचे आणि दुसऱ्याचे बोलणे ऐकायचे असे चाले. कधी हवा वाईट असल्यावर एकमेकांचे बोलणे त्यांना मुळीच कळत नसे. मग ते हवा निवळण्याची वाट पाहत.

ह्या दोघा अधिकाऱ्यांचे बोलणे संपले, म्हणजे दोघांच्याही बायका एकमेकींशी बोलत. साहजिक होते. आजूबाजूला सिंह, हरणे, बगळे ह्यांचीच वस्ती असल्यावर अशा गप्पा मारण्याची संधी कोणी सोडेल?

गेले काही महिनेच आम्ही विमान चालवत होतो, हे कळताच ह्या दोन्हीही बायांनी खास सभा घेतली. आरुषाला असलेल्या डायरेक्टरला कळवून टाकले की, ''काळ्या पट्ट्याने रंगवलेल्या विमानातून आमच्या नवऱ्यांना उडण्याची परवानगी आम्ही देऊ, पण दहादहा हजार पौंडाचा विमा उतरवला तरच.''

ह्या मुद्द्यावर त्या दोघीही हटूनच बसल्या, तेव्हा डायरेक्टरसाहेबांनी लंडनला फोन केला आणि आमच्या विमा-रकमेत वाढ करून आणली.

दरम्यान मायकेलने आणि मी उड्डाण करून कामाला सुरुवातही केली होती. आता आम्हाला कसलीच काळजी नव्हती. आम्ही काही आरुषाच्या विमानतळावर नव्हतो, जंगलावरून उडत होतो आणि रानातल्या आमच्या तळावर उतरत होतो. उड्डाणाचा तक्ता दिला, त्यात वेळ दिली आणि ठरल्या मुक्कामावर ठरल्या वेळी जर आला नाही, तर लगेच शोधाशोध सुरू होते.

आता आम्हाला शोधणारे कोणी नव्हते. आमचे आम्ही काहीही करायला मोकळे होतो!

मायकेलने विचारले, "बाबा, डाव्या बाजूच्या या कळपात किती विल्डबीस्ट आहेत!"

मी खाली पाहिले. खाली चरणारी ही जनावरे मुंग्यांसारखी दिसत होती. ती मोजणे ही गोष्ट अशक्यच होती. मी मायकेलकडे पाहून खांदे उडवले. त्यावर मायकेलनेही तेच केले. नाक मुरडून नापसंती दाखवली. हे काम इतके कठीण असेल, याची काही कल्पना अगोदर नव्हती.

एकदम मला एक कल्पना सुचली आणि मी मायकेलला कोपराने ढोसले, "पुन्हा एकदा बघू या, चल."

एक लहानसा मेळावा मी पाहिलेला होता. त्यात दहाएक जनावरे असावीत. त्यापुढे तेवढाच दुसरा मेळावा होता. पाहता क्षणीच आकार मला पहिल्याएवढाच वाटला. हीही जनावरे मी मोजली. बरोबर दहाच भरली. मग मी नजर तयार केली. एक एक जनावर मोजायचे नाही, लहान लहान घोळके मोजायचे. बारापासून पन्नास जनावरे असलेला घोळका मी ओळखू लागलो. पहिल्यापहिल्यांदा ह्या मोजण्यात दोन-पाचांनी चुकलो, पण हळूहळू तज्ज्ञ झालो.

आम्ही पुन्हा एकवार कळपांवरून उड्डाण केले. दोघांनीही जनावरे मोजली. मायकेलचा आकडा सातशे ऐंशी झाला. माझा झाला आठशे वीस. दुसऱ्या खेपेला आम्हाला जलद उडावे लागले. कारण विमानांतील तेलाचे तपमान भलतेच चढलेले होते.

एकच कळप आम्ही दोघांनी वेगवेगळा मोजला आणि आकडे मांडून ताळा पाहिला. आम्ही दोघेच होतो, ही अडचण होती. विमान थेट जाऊन कड्यावर आदळू नये, म्हणून तिकडे सारखे ध्यान दिल्यामुळे ह्या शिरगणतीकडे संपूर्ण ध्यान देता येत नव्हते. दुसरी गोष्ट म्हणजे एका विशिष्ट उंचीवरच सारखे राहणे आवश्यक होते. नाहीतर कळप बुजून उधळला असता आणि शिरगणतीचा फज्जा उडाला असता. भरीसभर म्हणजे, खुणा ध्यानात ठेवून एका सरळ रेषेत आम्हाला विमान न्यावे लागत होते. नाहीतर एकवार मोजलेली जनावरे दुसऱ्या वेळीही मोजली जाण्याचा संभव होता.

ज्वालामुखीच्या ह्या तोंडावर विस्तार ऐंशी चौरस मैल होता. त्याच्या पट्ट्या पाडून आम्ही जनावरे मोजली. पाच हजार तीनशेसाठ विल्डबीस्ट भरले. गेम वॉर्डननी हिशोब केला होता दहा हजारांचा. तो काही बरोबर नव्हता. याशिवाय आम्ही मोजदाद केली ती अशी –

एकशे सतरा काळविटे, अकराशे सत्तर हरणे, सेहेचाळीस गेंडे, चोवीस तरस (काही बिळात दडलेले सोडून) आणि साठ मोठी बबून माकडे.

हा सगळा हिशोब पुन्हा एकवार, गेम वॉर्डनना बरोबर घेऊन करणे आवश्यक

होते. दोन्ही बाजूंना दोघादोघांनी मोजले असते, तर हिशेब अगदी शंभर टक्के बरोबर आला असता.

शरीर शिणले होते, कानांना बहिरटपणा आला होता. वारंवार वळसे, वळणे मारल्याने भोवळ आल्यासारखे वाटत होते. अशा अवस्थेतच त्या प्रचंड वाडग्याची कड चढून आम्ही वर आभाळात आलो आणि मुक्कामाकडे परतलो.

झालेल्या कामावर आम्ही खूश होतो. अद्याप अडचणी होत्या. सुधारणेला वाव होता, पण जनावरांची मोजदाद करण्याची आमची पद्धत वावगी नव्हती. प्रचंड संख्येने वावरणाऱ्या जनावरांची मोजदाद करणे आमच्या आटोक्याबाहेरचे काम नव्हते.

आमचे विमान सुरक्षित राहावे म्हणून सभोवार काटेरी तारांचे कुंपण घालावयास हवे होते. तूर्त, तरसांनी रबरी धावा चावू नयेत, म्हणून आम्ही चाकाभोवती दगड रचले. वादळ-वाऱ्याने उडू नयेत म्हणून विमानाचे पंख आणि शेपूट जमिनीशी बांधून ठेवले.

विमानात शिरून मायकेलने दिवेही पेटवले.

वाचण्यासाठी त्याने पुस्तक उघडले. शेजारच्या केनयात चाललेल्या माऊमाऊ चळवळीसंबंधी हे पुस्तक होते.

असल्या जंगलात एकाकी रात्र काढण्याची मायकेलची ही तऱ्हा काही चांगली नव्हती.

सेरेनगटीचे सिंह

सेरोनोराला आभाळातून पाहून ओळखणे विशेष कठीण नव्हते. कोरडी नदी. छपराचे एक घर. त्याला वेढून असलेल्या थोड्याशा झोपड्या. झाडांच्या हिरव्या ठिपक्यांनी भरलेली एक टेकडी आणि विमानतळ. धूर कुठून निघत नव्हता. त्यामुळे वाऱ्याची दिशा कळत नव्हती आणि वाऱ्याबरोबर गेलो असतो, तर आम्ही झाडात गेलो असतो. बेताच्या उंचीवरून उडत उडत आम्ही झाडे पार केली, आणि आल्लाद उतरलो, तरी 'रन वे' संपवून विमान थांबले, ते झाडीपासून काही यार्ड अंतरावरच. लगेच, धुरोळ्याचा भला थोरला डोंब घेऊन एक मोटारगाडी येऊन थांबली. सेरेनगटीच्या पूर्वभागाचा गेम वॉर्डन टर्नर मोटारीतून बाहेर आला आणि म्हणाला,

''वा:! अगदी झकास उतरलात तुम्ही. इथं उतरणारं पहिलं विमान तुमचं. ही धावपट्टी अजून पुरी व्हायची आहे. अर्धी झालीये.'' यावर मायकेलने आणि मी एकमेकांकडे बघितले!

सेरोनोरो आणि बनागी ह्यात आमचा घोटाळा झाला होता. तरीपण आम्ही आमच्या जागीच आलो होतो. टर्नरने आमच्यासाठी ॲल्युमिनियमच्या पत्र्याचे एक तयार घर आणून ऐन जंगलात ठोकले होते. त्याच्या म्हणण्यानुसार आम्ही अगदी सिंहांच्या कळपातच जाऊन बसणार होतो.

पहिल्याच रात्री त्याच्या म्हणण्याचा पडताळा मी घेतला. ही जागा नेमकी होती खरी! रात्री मी बराच वेळ जागा राहिलो. मायकेल उशीवर डोके टेकताच गाढ

झोपला; पण मला आमच्या झोपडीच्या अगदी आसपास सिंहगर्जना ऐकू येत होत्या. गमतीची गोष्ट म्हणजे अगदी घरच्यासारखे वाटत होते. कारण फ्रँकफूर्टला मी प्राणिसंग्रहालयाच्या आवारातच राहतो. तिथल्यापेक्षा इथली सिंहगर्जना दशदिशा दणाणून टाकणारी होती. आमच्या झोपडीच्या भिंती पातळ पत्र्याच्या होत्या आणि सगळ्या खिडक्या सताड उघड्या होत्या. गर्जनेसरशी माझ्या अंगाखालचा कॅम्पकॉट कंप पावत होता.

मायकेलला मात्र कशाचा घोर नव्हता. अंथरुणावर पालथा पडून तो गाढ झोपून गेला होता. अशी पालथे झोपण्याची सवय त्याला लहानपणापासून होती.

मला हसू आले. काही आठवड्यांपूर्वीच मला ॲबिसिनियामधून टेलिफोन आला होता. सिंह आत येऊ नये, यासाठी किती रुंदीचा चर घराभोवती करावा, असा प्रश्न विचारला होता आणि आता मी ह्या तकलुपी झोपडीच्या दाराला अडसर न घालता आत झोपलो होतो.

मी मायकेलला हलवले. पहिल्यांदा त्याने कुरकूर केली, पण सिंहगर्जना ऐकताच तो टक्क जागा झाला. दोन्ही कॉटच्या मध्ये तयारीनेच ठेवलेला टेपरेकॉर्डर त्याने सुरू करून दिला. बाहेर, झोपडीपासून वीसएक यार्डांवर मायक्रोफोन ठेवलेला होता. त्याच्याजवळ उभा राहून सिंह आवाज टाकत होता, असे वाटत होते.

एकाएकी टेपरेकॉर्डर खाली कोसळला आणि दारांच्या दिशेने दरादरा ओढला गेला. सिंहाने केबलशी खेळ सुरू केला होता. आम्ही धडपडून उठलो आणि दाराच्या फटीतून मोठ्या बॅटरीचा झगझगीत झोत बाहेर टाकला. केबलशी खेळणारा सिंह चांगला दांडगादुंडगा, पण अजून पोरच होता. आयाळ दिसत नव्हती. ह्या खेळकर पोराने खेळ सोडून कुतूहलाने आमच्याकडे बघितले. पलीकडे आणखी काही डोळे चमकत होते. आम्ही दार चांगले बंदोबस्ताने बंद केले. काही खुर्च्या दाराशी लावल्या. सकाळी बघितले, तर मायक्रोफोन ठेवलेले लोखंडी तिकाटणे चावून तुकडे केलेले होते. केबलसुद्धा इतक्या जोराने बाहेर ओढली होती की, दाराला बाक आला होता. आम्ही दार निखळून जमिनीवर टाकले आणि त्याच्यावर उड्या मारल्या, तेव्हा कुठे बाक निघून ते पुन्हा सपाट झाले.

दाराशेजारी बुडाला तोटी असलेले पाण्याचे रबरी भांडे अडकवलेले होते. ह्या नळाचे आम्हाला फार कौतुक होते. दिवसा तोटी सोडली की, गरम पाणी मिळे. रात्री आलेल्या पाहुण्यांपैकी एकाने पंजा हाणून हे भांडे पंक्चर करून टाकले होते. सायकलचे पंक्चर काढावयाचे साहित्य उपयोगात आणून आम्हाला भांडे दुरुस्त करावे लागले.

आमचा सहाध्यायी रिचर्ड काही आठवडे आमच्याकडे राहत होता. झोपडीपासून पन्नास एक यार्डांवर असलेल्या कोठीघरात एकदा तो बसला असताना पाच सिंहिणी

झोपडीवरून हवा खात चाललेल्या आम्ही पाहिल्या. मी आणि मायकेलने आरोळी ठोकून रिचर्डला सावध केले, ''बाहेर ये, चटकन ये!''

उघडावाघडा रिचर्ड गडबडीने बाहेर आला. त्याला बापड्याला काही कल्पना नव्हती. मग आम्ही पटकन फोटो काढला. एकदा, गेम वॉर्डनकडे काम करणाऱ्या स्वयंपाक्याला बाहेर तरस दिसला. दगड फेकून त्याला हाकलावा, ह्या विचाराने स्वयंपाक्याने दार उघडले, तेव्हा समोर दहाएक फुटांवर भला मोठा सिंह डोळे मोठे करून बघत असलेला दिसला. स्वयंपाक्याने पटकन दार बंद करून टेबल लावले. स्वयंपाकघर आणि झोपायची खोली या दोन्हींमध्ये असलेल्या, बुटक्या भिंतीवरून उडी मारून तो झोपायच्या खोलीत उतरला. हा सगळा गोंधळ चालू असताना बाहेरून आरोळ्या, किंकाळ्या, गुरगुर, धक्काबुक्की ऐकू येत होती.

सकाळी पाहिले, तर दाराशी तरस मरून पडलेला होता. आयाळीचे पुंजकेही जागोजाग पडले होते. तरसाने धैर्याने सिंहाशी सामना दिला होता.

मग गेम वार्डन रिचर्ड साहेबांनी आपल्या टोपीत पिसाऐवजी सिंहाची आयाळ खोचून दिली.

तुम्हाला सिंह म्हणून जन्माला यायचे असेल, तर सेरेनगटीसारखी दुसरी उत्तम जागा नाही. इथे भरपूर शिकार आहे. मलेरियाचे डास, तेत्से माश्या, पाण्याचा ठणठणाट त्यामुळे मनुष्यवस्ती नाही. घरात बसून सिंहाच्या शिकारीच्या गप्पा मारणारे शूर शिकारीसुद्धा कबूल करतात की, सिंहासाठी सेरेनगटी हे एकमेव रान आहे.

पहिल्या महायुद्धानंतर टांगानिका ब्रिटिश सत्तेखाली आले, तेव्हा लगोलग केनयातले ब्रिटिश वसाहतवाले बनागी भागात आले. सेरेनगटी इथून जवळ. त्रासदायक पशू म्हणून सिंहाची कत्तल करताना कुणाला काही वाटले नाही. एक एक शिकारी शंभर-शंभर सिंहांची शिकार करून परत जाई. इतक्या सिंहांची कातडी वागवणे शक्य नसल्यामुळे फक्त शेपट्या कापून घेऊनच शिकारी घरी परत जात.

फ्रँकफूर्टला माझे सहाध्यायी म्हणून काम करणाऱ्या डॉक्टर जिऱ्हार्ड यांनी अनेक दिवस आणि रात्री सिंहांच्या पिंजऱ्याशी काढून हा प्राणी किती तास झोपतो, याचा पत्ता लावला होता. सिंह हा आळशी प्राणी आहे, हे गृहीत धरूनसुद्धा त्यांनी शोधून काढलेले सत्य आश्चर्यकारक होते. चोवीस तासांपैकी दहा ते पंधरा तास सिंह झोपून असतो. शिवाय एक ते चार तास तो पेंगत असतो आणि जागा असूनसुद्धा एक तासापासून पाच तासापर्यंत नुसता हालचाल न करता पडून राहतो! म्हणजे एक ते सात तासच तो काही हालचाल करतो.

प्राणिसंग्रहालयात आपसूक खाणेपिणे होते, म्हणून तिथले सिंह इतके आळशी असतील, असे तुम्हाला वाटेल, पण सेरेनगटीतल्या रानातले सिंहसुद्धा असेच

आळशी होते. प्राणिसंग्रहालयातले सिंह खाण्या-पिण्यासाठी वीस, फारफार तर साठ मिनिटे खर्च करतात. रानातले सिंहही तेवढाच वेळ घेतात. त्यांना शिकार करायला काही मिनिटे पुरी असतात.

विल्डबीस्ट आणि जिराफ यांना होणारे सांसर्गिक रोग सिंहांना होत नाहीत.

म्हातारपण नसते, तर सेरेनगटीतील सिंहांचे जीवन फारच सुखी झाले असते. चौदापंधरा वर्षे उलटली की, सिंह म्हातारा होतो. असा एक पिकलेला म्हातारा सिंह झाडाखाली पडलेला आम्ही पाहिला. त्याच्याजवळ दुसरे कोणी नव्हते. ओठ लोंबत होते. झिजलेले, पिवळे दात बाहेर दिसत होते. बरगडीन् बरगडी दिसत होती. डोळ्यांखाली सुरकुत्या पडल्या होत्या. बाक आलेली पाठ आणि ताठरलेल्या पायामुळे चार पावले चालणेसुद्धा त्याला शक्य होत नव्हते. असल्या सिंहांना तरस किंवा रानटी कुत्री जिवंत खाऊन टाकतात.

रात्री मला झोप येईना. सारखा त्या म्हाताऱ्या सिंहाचा विचार डोक्यात होता. फार वाटत होते की, बाहेर जाऊन एक हरीण मारावे आणि ते त्या म्हाताऱ्याला खाऊ घालावे. एक जनावर मारून दुसऱ्या जनावराला वाचवण्याची ही इच्छा विलक्षण म्हटली पाहिजे!

टर्नरने पार्कबाहेरच्या रानात जाऊन ह्या म्हाताऱ्यासाठी हरीण मारले असावे, असा माझा दाट तर्क आहे. टर्नरच्या सिंहावरच्या प्रेमाला तोड नव्हती.

सिंहाने धरलेले जनावर सुटका होताच उठून पळताना अनेकदा दिसते. नुकताच एक प्रसंग घडला. झेब्र्याचे एक पोर चार सिंहांनी मिळून पकडले होते. आरडाओरडा करून सिंहांना आम्ही धुडकावून लावले, तेव्हा रडत-ओरडत हे पोर जागचे उठून

आईकडे पळाले!

सिंहीण पोर उचलून नेते, तेव्हा त्याला जसे आईचे दात लागत नाहीत, ते जसे गप्प राहते; तसेच इतर जनावरांच्या बाबतीतही होते. सिंहाने तोंडात धरलेले जनावर मुळीच हालचाल करत नाही. धडपड केली, तर सिंह जीव घेईल, हे त्यांना माहीत असते. त्यापेक्षा गप्प मेल्यासारखे राहिले, तर सुटकेची थोडीफार आशा तरी असते.

माझी अशी समजूत आहे की, सिंहाच्या तोंडात असताना जनावरांना दुखतखुपत तर नाहीच, पण भीतीही वाटत नाही. कशावरून असे विचारले, तर मी दडपून सांगेन – ''मला अनुभव आहे.''

धोक्याच्या वेळी गप्पगार होणे ही अगदी नैसर्गिक प्रतिक्रिया आहे. एकदम लख्ख उजेडात पाहिले की, डोळे बारीक होतात, तितक्या सहजपणे हेही होते.

डेव्हिड लिव्हिंगस्टन ह्या थोर संशोधकाला एकदा सिंहाने धरले होते. त्याने नंतर लिहिले की, 'माझ्या कानात सिंहाने भयानक आरोळी ठोकली आणि एखाद्या कुत्र्याने पकडलेल्या घुशीला झिंजाडावे, तसे मला झिंजाडले. मांजराने पकडताच उंदराचे जसे होते, तसे माझे झाले. मी बधिर झालो. भीती नाही, दुखणे नाही. तसा चांगला शुद्धीवरही होतो. एखादा भाग बधिर करून ऑपरेशन चालू झालेल्या पेशंटसारखी स्थिती होती. ऑपरेशन दिसत होते, पण चीरफाड जाणवत नव्हती. एकदम बसलेल्या धक्क्यामुळे भीती, कळ ह्या संवेदनाच पुसून गेल्या होत्या.'

नंतर काही क्षणातच बरोबरच्या लोकांनी सिंहाला धुडकावून लावले होते आणि लिव्हिंगस्टनची सुटका झाली होती.

पूर्वी गेम वॉर्डन आजच्याप्रमाणे मोटारीतून हिंडत नसत. घोडा हेच त्यांचे वाहन होते. घोड्यावरून जायचे झाले की, मागोमाग त्यांचे सामानसुमान गाड्यांतून असायचे. बरोबर कुत्री असायची. रात्री मुक्काम पडला, तर सभोवती काटेरी कुंपण घालून बरोबर असलेल्या जनावरांचे संरक्षण करावे लागत असे.

वॉल्टर नावाच्या एका गेम वॉर्डनची गोष्ट अद्याप सगळे गेम वॉर्डन सांगतात.

कँपपासून सहा मैलांवर असतानाच दिवस मावळला आणि एका कोरड्या नदीतून पलीकडे जात असतानाच सिंहाने घोड्यावर झेप घेतली. घोडा बाजूला उडाला आणि त्याने पाठीवरच्या मालकाला थेट दुसऱ्या सिंहाच्या पुढ्यात टाकले. ह्या सिंहाने वॉल्टरचा उजवा हात तोंडात धरून त्याला ओढत फरफटत चालवला.

गेम वॉर्डन असा लोळागोळा झाला की, त्याला संवेदना उरली नाही. नंतर तो भानावर आला. अशा तऱ्हेने मरणे हे अनुभवी शिकाऱ्याला अपमानास्पद होते, असे त्याला वाटले. आपल्या कमरेच्या खंजिराची त्याला आठवण झाली. एरवी घोड्यावरून उतरतानासुद्धा पट्ट्यातून खाली पडणारा खंजीर ह्या वेळी जागी होता. एका हाताने हा खंजीर त्याने काढून घेतला. नव्वद यार्ड ओढत गेल्यानंतर (हे अंतर मोजून

पाहिले होते) सिंहाने वॉल्टरला जमिनीवर ठेवले. उजवा हात शक्तिहीन झाला होता, तरी डाव्या हाताने त्याने सिंहाच्या छाताडावर दोन वेळा खंजिराने भोकसले.

माघार घेऊन सिंह गुरगुरला. ह्या वेळपर्यंत वॉल्टरची कुत्री वेड्यासारखी भुंकत मागून येत होती. ती सिंहावर तुटून पडली. त्यांनी सिंहाला धुडकावले. उजवा हात निकामी झाला असतानासुद्धा वॉल्टर एका झाडावर चढला आणि एका फांदीशी त्याने स्वत:ला बांधून घेतले. खाली सिंह आला आणि झाडाभोवती फेऱ्या मारू लागला. थोड्याच वेळात लोक आले आणि त्यांनी सिंहाला पळवून लावले.

नंतर कळले की, वॉल्टरने खंजीर मारलेला सिंह मेला होता. ही सिंहीण होती. झाडाभोवती फेऱ्या मारणारा सिंह नर होता. त्यानेच पहिल्यांदा घोड्यावर हल्ला चढवला होता.

बरोबरच्या लोकांनी वॉल्टरला कँपवर आणले. कँपपासून रेल्वे स्टेशनपर्यंत त्याला झोळीत घालून न्यावे लागले. हा प्रवास दोन दिवसांचा झाला. रेल्वेतून प्रवास करून डॉक्टरकडे जाईपर्यंत आणखी एक दिवस गेला, पण हात निकामी झाला तो झालाच! याबद्दल वॉल्टरने सिंहाला बोल मात्र कधीच लावला नाही.

गेम वॉर्डनच्या धारिष्ट्याची हकिकत वर्तमानपत्राच्या बातमीदारापर्यंत पोचली आणि फार भडक स्वरूपात ती सर्वत्र प्रसिद्ध झाली. 'लंडन डेली' ह्या पत्राने बातमी दिली की, 'वॉल्टरने एकट्याने तीन सिंहांशी सामना दिला.' ही बातमी वाचून वॉल्टरने खरी हकिकत संपादकाला कळवली. दुरुस्ती करावी, अशी विनंती केली.

त्याला उत्तर आले, 'आम्ही याबाबत चौकशी केली. जोहान्सबर्गचा आमचा बातमीदार अत्यंत विश्वासू बातमीदार आहे. दुरुस्ती करण्याची काही आवश्यकता आहे, असे आम्हाला वाटत नाही.'

एके दिवशी सिंहाच्या पाठी न लागता एखादे हरीण मारावे, म्हणून आम्ही मोटार घेऊन बाहेर पडलो. एकाएकी दोन मोठे सिंह समोर उभे असलेले पाहिले. आणखी दोन सिंहिणी दुसऱ्या बाजूला होत्या. एक सिंहीण मोटारच्या मागल्या बाजूला होती. ही तिसरी सिंहीण हलकेच आली आणि नजर रोखून बघू लागली. पलीकडे, कोरड्या नदीच्या काठावर असलेल्या हिरव्या गवतात एक हरीण सावकाशपणे चरत होते, त्याच दिशेने ही सिंहीण छपत छपत जाऊ लागली. हरणाने मान उंचावून बघितले की, सिंहीण धोंड्यासारखी निश्चल होई. इतकी की, उचललेला पायसुद्धा तसाच अधांतरी राही. हरणाने मान खाली करून चरणे सुरू केले की, ही परत जाऊ लागे.

दरम्यान दोन नर दुसऱ्या बाजूंनी हरणावर गेले. जाताना त्यांना आमच्या मोटारच्या अगदी जवळून जावे लागले. दोघांपैकी एक तर इतक्या जवळून गेला की, मोटारीत बसल्या बसल्या वाकून हात लावावा. मी घाबरून मुठीएवढा झालो,

पण सिंहाने ढुंकून पाहिलेसुद्धा नाही. त्याची नजर हरणावर होती, ती ढळली नाही.

नि:शंकपणे चरणाऱ्या हरणांवर तिन्ही बाजूंनी हल्ला होणार होता. चौथ्या बाजूनेही एक पोरगेला सिंह जवळ जवळ येत होता. ह्या उतावळ्या पोराला दम निघाला नाही. हरीण फार अंतरावर असूनसुद्धा त्याने चढाई केली. साहजिकच सावध हरीण उडाले, नाहीसे झाले!

मी जर त्या दोन नरांपैकी एक असतो, तर पंजाची नखे आत न घेता ह्या पोराचे कानफाड रंगवले असते. झाल्या प्रकाराचे सिंहांना काहीच वाटले नाही. उभे होते त्या जागी ते आपले निवांतपणे खाली बसले.

आफ्रिकेतील युरोपियन किल्ला

माझ्या मुलाचा गुडघा दाबून मी म्हणालो, "मायकेल, उजव्या बाजूच्या डोंगराकडे बघ, पुराणा किल्ला आहे."

मध्य आफ्रिकेत खराखुरा मध्ययुगीन किल्ला? दृष्टिभ्रमच असला पाहिजे! वारंवार फसवणूक झाली होती. टेकड्याटेकड्यांवर दगडधोंड्यांचे ढीग दिसत आणि वाटे, चर्चचे अवशेष आहेत, अगर एखाद्या ऐतिहासिक वास्तूचे भग्न अवशेष आहेत; पण ह्या खेपेला माझी चूक झालेली नव्हती.

आमचा उडता झेब्रा आम्ही उजव्या अंगाला वळवला आणि पडका किल्ला असलेल्या टेकडीकडे गेलो. खरेच किल्ला होता. जाड जाड दगडी भिंती आणि टेहळणीचा उंच मिनार स्पष्ट दिसत होता. काही घरांचे अवशेष होते, मोठी अंगणे होती. सेरेनगटी नॅशनल पार्कच्या दक्षिण दिशेला, पार्कच्या हद्दीबाहेर तुरळक झाडी असलेल्या निर्जन टेकड्यांत हे वैभवशाली किल्ल्याचे अवशेष आले कसे? आम्ही खाली उतरलो. इतके खाली की, किल्ल्याच्या कोपऱ्यावरचा मिनार उंच गेलेला दिसला. हा किल्ला म्हणजे एक गूढ वाटले.

आम्ही मसाबीकडे निघालो होतो. व्हिक्टोरिया सरोवरानजीक आणि पार्कपैकीच एक भाग असे हे मैदान होते. तिथे राहणाऱ्या टेहळे लोकांच्या झोपडीत रात्रभर मुक्काम करून सकाळी जवळच असलेल्या पाण्यावर येणारी जनावरे आम्हाला पाहावयाची होती. दोन टेहळे आमच्याबरोबर होते. दुसरे दोघे आगाऊ ठरल्याप्रमाणे विमानाची वाट पाहत खाली उभे होते. किल्ला पाहण्यात बराच वेळ गेल्यामुळे

मावळत्या सूर्याच्या प्रकाशात आम्हाला खाली उतरावे लागले. डोळ्यांवरच प्रकाश असल्यामुळे मायकेलला नीट दिसत नव्हते. उतरता उतरता खुणेसाठी खाली उभ्या केलेल्या टेहळ्यालाच जाऊन धडकू, अशी धास्ती त्याला वाटत होती. अगदी सावकाश उतरलो.

एकाएकी गचका बसला आणि विमानाचे इंजीन बंद पडले. एक चाक डुकराच्या बिळात गेल्यामुळे विमानाचा पाय मोडला होता. दुसऱ्या पायालाही इजा पोचली होती. एकीकडील पंखाला थोडा पोचा आला होता.

लगेच आम्ही केशरी रंगाचा एक कापडी पट्टा जमिनीवर अंथरला. त्याच्यावर वजन म्हणून हाडांचा ढीग रचला. या खुणेमुळे आभाळातून जाणाऱ्या विमानाला आम्ही दिसलो असतो. नंतर आसपासचे वाळके गवत काढून टाकून जागा साफसूफ केली. वणव्यामुळे गवताने पेट घेतला असता. एवढे केल्यावर विमानात झोपायला आम्ही मोकळे झालो.

आम्हाला धोका देणारे डुकरांचे बीळ अर्धवट जमिनीवर होते. त्याची खोली फार नव्हती. आमच्यापासून शंभरएक यार्ड अंतरावर दोन मोठी डुकरे आणि चार पोरे शेपट्या उभ्या करून उभी होती. नजर रोखून पाहताच ती पळाली. ही जनावरे पाहण्याकरता आता भरपूर वेळ मिळणार होता.

मोठ्या तोंडाची ही आफ्रिकन रानडुकरे मोठी मजेशीर असतात. प्राणिसंग्रहालयात जाऊन ह्या प्राण्याकडे तुम्ही पाहाल, तर चार ते सहा इंच लांब असा चामखीळ त्याच्या तोंडावर दिसेल आणि तोंडाच्या दोन्ही बाजूंनी बाहेर वळलेले, अणकुचीदार दात दिसतील. माणसाच्या हिशोबात ह्या प्राण्यांचा चेहरा सुंदर नाही, पण जंगलात ती छान लहान गेंड्यासारखी दिसतात. भरपूर खाणेपिणे असूनसुद्धा गावठी डुकराप्रमाणे चरबी वाढून ही डुकरे कधीही लठ्ठ होत नाहीत. जमीन उकरायच्या वेळी पुढचे दोन्ही पाय गुडघ्यापाशी मुडपून ती उकराउकर करतात.

आपण सिंहांना फार आवडतो, हे माहीत असल्यामुळे ही मंडळी बंदोबस्ताने जमिनीखाली राहतात. विशेषत: मुंगीखाऊने वाळवीसाठी उकरलेली बिळे आयती मिळतात, तिथे अगदी हमखास यांची वस्ती असते.

डुकराच्या वस्तीची रचनासुद्धा बघण्याजोगी आहे. प्रथम एक मोठी ऐसपैस खोली असते. ह्या जागेत आईबाप आणि पोरे झोपतात. इथून तिरका जाणारा एक बोगदा आणि मग दुसरी बाळंतिणीची खोली. सप्टेंबर-ऑक्टोबर महिन्यात डुकराची पोरे इथे जन्मतात. ही खोली चांगली उबदार असते.

पोरे कळती झाली, तरी आईबापांना सोडून जात नाहीत. नमुनेदार कुटुंबच म्हटले पाहिजे हे! एका कुटुंबातील दोन डुकरे कुठे एकमेकांना भेटली, तर लहान असेल, ते डुक्कर आपणहून पुढे जाऊन वडिलधाऱ्या डुकराच्या मुस्कटाला मुस्कट

लावील; त्यांच्या हनुवटीला हळुवारपणे ढोसणी देईल. लेकुरवाळ्या डुकरिणीचा जर आपण पाठलाग केला, तर लहान पोरे लुटुपुटीची मरून पडतात. त्यातल्या एखाद्याला उचलले, तर मात्र ते गळा दाबल्यासारखे ओरडते. ह्या त्याच्या केकाटण्याने आई असेल तिथून धावत येते. मग पोराला सोडले की, ते धावत आईकडे जाते आणि सगळे कुटुंबच्या कुटुंब पाय लावून नाहीसे होते.

एकदा एका लेकुरवाळीच्या मागे बिबट्या लागला. पळता पळता मादी एकदम उलटी वळली आणि तिने बेशक बिबट्यावर हल्ला चढवला. तिचा तो आवेश बघून बिबट्याने माघार घेतली. आणखी एकदा, काहीतरी कारणाने डुकरावर हत्ती चिडला आणि सोंडेची तुतारी फुंकून अंगावर धावला. डुकराला हा जुलूम वाटला. पळता पळता मागे वळून त्याने उलट हल्ला चढवला आणि चकित होऊन हत्तीला माघार घ्यावी लागली.

आम्ही अंगाभोवती कांबळी लपेटून झोपायच्या बेतात होतो, तोवर दूरवर दिवे दिसले. गेम वॉर्डन मायले मोटार घेऊन आला होता. आणि येताना त्याने 'सगळे' बरोबर आणले होते. गरम कॉफीचा थर्मास, ब्रँडी, बँडेज, अन्न, घडीची झोळी, पांघरुणे, आपली बायको आणि लहान मूल!

हे मायलेनेच करावे. संकटाच्या, अडचणीच्या वेळी तो नेहमी देवासारखा उभा राहत असे. आम्ही सांगितल्या वेळी परत आलो नाही, त्या अर्थी काहीतरी घोटाळा होता, हे ओळखून तो आला होता. बायकोला एकटी कशी ठेवायची, म्हणून तिला बरोबर घेतली आणि तिला घेतली, म्हणून लहान पोरही आले.

दुसऱ्या दिवशी आम्ही जर्मनीला तारा पाठवल्या. विमानाचे नाना बाजूंनी फोटो घेऊन ते हवाई टपालाने म्युनिकला पाठवले. विमानात नेमकी काय मोडतोड झाली होती, कोणकोणते स्पेअरपार्ट घालावे लागणार होते, हे फॅक्टरीला फोटो पाहून ठरवता आले असते.

तंबू ठोकून आम्ही नैरोबीहून येणाऱ्या तंत्रज्ञांची वाट बघू लागलो. आमच्या मुक्कामावर पोचण्यासाठी त्यांना तीन दिवस लागले. ह्या दोघांपैकी एका जणाला पाच वर्षांपूर्वी विमान अपघात होऊन, पाठीच्या कण्याला इजा झाली होती. एक वर्षभर त्याला लोळागोळा होऊन पडावे लागले होते. तेव्हा त्याने पुन्हा विमानात बसणार नाही, अशी शपथ घेतली होती; पण आता तो मजेत होता. एक लंडनचा होता आणि दुसरा स्कॉट.

दोघेही कामाला वाघ होते. मात्र लागेल तेवढी बियर आम्ही द्यावी आणि जर्मन भाषेतल्या शिव्या शिकवाव्यात, अशी त्यांची अट होती. आम्ही काही झकास शिव्या त्यांना शिकवल्या आणि भरपूर बियरही पाजली.

आमचा उडता झेब्रा ठाकठीक होण्यासाठी कमीत कमी तीन आठवडे तरी

लागणार होते. आम्हाला जमिनीवरूनच हिंडणे भाग होते. एक फायदा झाला. विमानातून पाहून घेतलेला किल्ला पुन्हा नीट पाहायला वेळ मिळाला. इकोमा जमातीच्या हद्दीत हा किल्ला होता. आमचा ड्रायव्हर मगोबा ह्या जमातीचाच होता. लहानपणी आपण ह्या किल्ल्यात खेळलो होतो, असे त्याने सांगितले. तेव्हा तिथे जर्मन पलटणी होत्या. ब्रिटिश आणि जर्मन यांच्यात घनघोर लढाई झाली. मगाबो म्हणाला, ''त्या तिकडं बघा, त्या टेकडीच्या बाजूला मुडद्यांचे ढीग पडले होते.''

झाडाझुडुपांनी भरून गेलेल्या जुन्या रस्त्याने आम्ही किल्ल्याकडे गेलो.

भल्या उंच दगडी भिंतीला खिंडार होते. पाऊसपाणी विशेष नसल्यामुळे दगडा-मातीने बांधलेल्या ह्या भिंती पन्नास वर्षे झाली, तरी अजून टिकून होत्या. ह्या खिंडारातून आम्ही आत गेलो, तसे बिचकलेले तीन झेब्रे मोठ्या दरवाज्यातून बाहेर उधळले. घराच्या भिंती अजून चांगल्या होत्या. कुठे कुठे मात्र झाडेझुडपे उगवल्यामुळे त्यांना चिरा पडल्या होत्या.

मगोबाने आम्हाला किल्ला फिरवून दाखवला.

सर्व किल्ल्याभोवती पडझड झालेला खंदक होता.

मायकेलने एन. सी. सी.च्या राहत्या जागी खणून काही नाणी मिळवली. स्वच्छ केल्यावर, नाण्यावरची अक्षरे वाचता आली.

'D.O.A. 1916, Funf Heller.'

जर्मन ईस्ट आफ्रिकेवेळची ही नाणी होती. (आम्ही फ्रँकफूर्टला परत गेलो, तेव्हा आमच्या बँकेने ह्या प्रत्येक नाण्याला एक पौंड इतकी किंमत देऊ केली.) नंतर काही आठवड्यांनी मगोबाच्या चुलत्याने पन्नास रुपयांची एक नोटही आम्हाला आणून दिली. ह्या नोटेवर आकडेबाज मिशा असलेल्या कैसरचा छाप होता.

किल्ल्याच्या तटावर ओणवे होऊन जेव्हा मी आणि मायकेलने आसपासच्या निळ्या टेकड्या पाहिल्या, तेव्हा आमच्या मनात आले की, जर्मन पलटणी इथे किती एकाकी पडल्या असतील! आपल्या मायभूमीपासून त्यांना किती दूर यावे लागले होते. त्या काळी रस्ते नव्हते, मोटारी नव्हत्या, हवाबंद डब्यातले अन्न नव्हते. हे अफाट अंतर त्यांना पायींपायींच तोडावे लागले असेल.

आम्ही तयार केलेला चित्रपट 'सेरेनगटी शॅल नॉट डाय' जेव्हा जर्मनीत दाखवला, तेव्हा P. Diesenet नावाच्या सेवानिवृत्त जनरलने मला पत्राने कळवले की 'एकोणीसशेपासून एकोणीसशे तीनपर्यंत इकोमा किल्ला माझ्या ताब्यात होता. आसपासच्या खेडुतांचे मसाई लोकांपासून मला रक्षण करावे लागे. कज्जा-खटल्याचा निकाल करावा लागे. आपले काही लोक तिथे उद्योगधंदा करत होते, त्यांची काळजी घ्यावी लागे.'

त्या पुराण्या किल्ल्याचे रंगीत चित्रण आपण पडद्यावर कधी काळी बघू, असे ह्या म्हाताऱ्या जनरलला वाटले नव्हते.

जनावरांची मोजदाद

रोज सकाळी तीन हजार हरणांशी आमची शर्यत चालू होती.

आमच्यापाशी जादा असलेले टायर मोटारीच्या नाकाडावर बांधलेले होते. ह्या टायरात उशी घेऊन मी बसे. मोटारीच्या दोन्ही हेडलाइटपाशी पाण्याचे डबे बांधलेले होते. त्यांना दोन्ही पाय थटवून मला जाम बसता येई. मोटारीने वळण मारले, अगर वाईट रस्त्यावर उशी घेतली, तरी मला खाली पडण्याची भिती नव्हती. आमचा ड्रायव्हर मगोबा धिटाईने भरधाव मोटार चालवी; खड्डे शिताफीने चुकवी. काटेरी झाडांच्या फांद्या लागून माझा चेहरा कधी ओरबाडला गेला नाही.

माझ्या अंगावर पोहण्याच्या वेळी घालण्याची चड्डी फक्त असे. विषुववृत्तावरील उन्हासंबंधीची माझी भीती केव्हाच मोडली होती. हॅट घालण्याचे मी अनेक वर्षांपूर्वी सोडून दिले होते. गरम वारे अंग शेकून काढत.

आमची मोटार धावू लागली की, चरणे सोडून काही हरणे बाजूबाजूने मोटारबरोबर पळत. त्यांचा हा खेळ बघून इतरांनाही ईर्षा उत्पन्न होई. शेकडो, हजारो हरणे धावू लागत. पहिल्या हरिणांना मागे टाकण्यासाठी ती वेगाने पळत. ह्या शर्यतीची त्यांना मजा वाटे. त्यांचा पळण्याचा वेग जास्तीत जास्त ताशी पस्तीस मैल असे. आम्ही मोटारीचा वेग वाढवला नाही, तर त्यांना मोटारसमोरून आडवे जायचे असे. त्यातल्या त्यात मोठी काळविटे अगदी हट्टाने आडवी जात.

रोज अडीच तास आम्हाला मोटार चालवावी लागे. आमच्या पत्री-झोपडीपासून लंगड्या विमानापर्यंत जाण्यासाठी एवढा वेळ लागे. दोन तंत्रज्ञ विमानाचा पाय

दुरुस्त करत होते. आफ्रिकेच्या जंगलात हे काम मोठे चिकाटीचे होते. वीज नसल्यामुळे पोलादात भोके पडण्याचे काम हातानेच करावे लागे. बरे, त्यात अगदी दोरीभर अलीकडे पलीकडे होता उपयोगी नाही. अचूक, जिथल्या तिथेच भोक पडायला हवे. अशी शेकड्यांनी भोके पाडावयाची, म्हणजे ते काही सोपे काम नव्हे.

हे दोन्हीही तंत्रज्ञ अनेक वर्षे आफ्रिकेत राहिलेले होते, तरीपण त्यांचा बहुतेक मुक्काम नैरोबी शहरात असे. त्यामुळे विमानांच्या आजूबाजूला झेब्रे चरताना पाहून ते थरारून जात. त्यांच्या झोपडीशेजारी रात्री तरस ओरडताना ऐकून त्यांना भीती वाटे. अगदी जवळ जाऊन सिंह पाहावा, अशी त्यांची फार इच्छा होती. ही अगदी सोपी गोष्ट होती. मोटारीत घालून त्यांना एक मैल हिंडवले की बस!

पार्कमधल्या टेहळ्यांना रात्री-अपरात्री मुक्काम करण्यासाठी म्हणून ज्या झोपड्या बांधलेल्या होत्या, त्यात हे दोघे राहत होते. एकदा झोपडीच्या बंद दाराबाहेर रक्ताचा माग बघून त्या दोघा धीट पुरुषांनी तो थेटपर्यंत शोधला. शेवटी त्यांना कुणा दुर्दैवी बाईची कवटी आणि जबड्याचे हाड मिळाले. बिचारी आजारी असावी, जखमी होऊन आसरा मिळण्याऐवजी झोपडीच्या दारातच ती मारली गेली होती. कोण, कुठली, याचा थांगपत्ता मात्र कधीच लागला नाही.

पार्कच्या हद्दीबाहेर इकोता प्रदेशातून आम्ही एकवार जात होतो. एका लहान मुलाने हात दाखवून आमची गाडी थांबवली आणि मदतीची याचना केली. त्याला मोटारीत घेऊन आम्ही एका मोठ्या झोपडीकडे गेलो. जबर जखमी झालेला एक म्हातारा माणूस जमिनीवर तडफडत पडला होता. नातेवाइकांनी खाली कातडी अंथरून म्हाताऱ्याला त्यावर टाकला होता. धड श्वासोच्छ्वाससुद्धा करता येत नव्हता. जखमा बांधलेल्या होत्या, तरी अंगाखाली साठलेले रक्ताचे थारोळे सारखे वाढत होते. झोपडीबाहेर इकोमाला लहानसा दवाखाना चालवणारा कोणी एक काळा डॉक्टर आपल्या लहानशा मोटारीत धडपडत होता. पेशंटला ह्या मोटारीत घालून तो दवाखान्यात नेणार होता. आमच्या ड्रायव्हरने दोन तास खटपट करून मोटार दुरुस्त केली, पण पेशंट आपल्या घरातून बाहेर पडायला तयार नव्हता. त्याचे म्हणणे होते की, मला माझ्या बायकापोरांत मरू द्या. शेवटी तसेच झाले!

आजूबाजूच्या गावकरी मंडळींनी आम्हाला सांगितले की, शेतात काम करताना त्याला रेड्याने पोटात शिंगे मारली होती; पण हे काही खरे नव्हते. बहुधा हा म्हातारा चोरटा शिकारी असावा आणि विषारी बाणाने त्याने रानरेडा जखमी केला असावा. काही तसेच कारण असल्याशिवाय रानरेडा माणसावर हल्ला करत नाही, असा आमचा स्वतःचा अनुभव होता. रानम्हसरे ही तशी धोकेबाज नसतात. त्यांच्या कळपात उभे राहून आम्ही फोटो काढले आहेत. तसा विचार केला, तर पाळलेली म्हसरेसुद्धा माणसाला मारतात, म्हणून काही कोणी त्यांना धोकेबाज म्हणणार नाही.

गेम वॉर्डन टर्नरला मी विचारले, तेव्हा तो म्हणाला, ''आजपर्यंत मी आठ-नऊशे रानम्हसरे मारली आहेत, पण फक्त एकदाच मला दगा होत होता. तोसुद्धा म्हसरू जखमी होऊन झाडात दडले होते म्हणून. आम्ही त्याला दोनतीन वेळा दडल्या जागचे हुसकले. शेवटी, दमून ते गप्प उभे राहिले.''

रिंडरपेस्ट रोगाची साथ येते, तेव्हा आजारी झालेली म्हसरे मात्र कारण नसताना हल्ला करतात. चालत्या मोटारीवर धावून येऊन धडक मारतात. भीती हा शब्द म्हसरांना ठाऊक नसतो. वेळप्रसंगी ती कच खात नाहीत. एका रेड्याने सिंहावर प्रतिहल्ला चढवून त्याला ठार मारले. हा प्रकार नदीतीरावर झाल्यामुळे सुसरीची चंगळ झाली. तिने सिंहाला खाऊन टाकले. आणखी एकदा, तीन सिंहांनी मिळून दोन विल्डबीस्ट मारले होते. काही म्हसरांनी हा प्रकार पाहताच त्यांच्यावर चाल केली आणि त्यांना पळवून लावले. एक तासभर मारलेल्या शिकारीच्या आसपाससुद्धा त्यांनी सिहांना फिरकू दिले नाही. दरम्यान गिधाडांनी शिकार अर्धीअधिक खाऊन फस्त केली होती.

हत्तीप्रमाणे म्हसरेही आपला सोबती गोळी लागून पडला, तर त्याला टाकून कधी जात नाहीत. पडल्या सोबत्याला मुस्काटाने रेटून उभे करण्याचा प्रयत्न करतात. गेंडे, पाणघोडे, जिराफ यांना सहज मारता येते, पण म्हसरू हा कठीण प्राणी आहे. अंगात गोळी घेऊन तो लांबपर्यंत धावत जातो. झाडाझुडपांत दडतो आणि पाठलाग करणाऱ्यावर अचानक हल्ला करतो.

बरेच दिवस आमचा उडता झेब्रा एका मोठ्या तिकाटण्यावर टांगून पडलेला होता. शेवटी त्याला पाय परत मिळाले. पहिल्या चाचणी-उड्डाणाच्या वेळी आम्ही त्या तंत्रज्ञांना आमंत्रण दिले. दुरुस्तीचे काम त्यांनी केले होते, तेव्हा त्यांनी आमच्याबरोबर यावे आणि 'सगळे ठीक आहे' असे सांगावे, असे आम्हाला वाटत होते, पण त्या दोघाही गृहस्थांनी आमचे निमंत्रण आभारपूर्वक नाकारले. मी विमानाकडे गेलो आणि पाहिले, तर मायकेलने सेकंड पायलटची सीट नीट केलेली नव्हती. ''तू एकटाच जाणार काय?'' म्हणून मी विचारले, तर म्हणाला, ''काही झालं, तरी आपल्यापैकी एकानं जिवंत राहिलं पाहिजे. नाहीतर आपलं आजवरचं काम फुकट जाईल.''

पोरट्याचे धारिष्ट्य केवढे! पुढे म्हणतो कसा – ''बाबा, उतारूला न्यायचं का नाही, त्याचा पायलटनं घेतलेला निर्णय हा शेवटचा, हे तुम्हाला माहीत आहेच!''

मला वाटले, हे अति झाले. फार राग आला. पोराने अरेरावी केल्यावर बापाला नेहमीच येतो तसा, पण चार लोकांत तमाशा करणे मला नको होते. जराशाने पाणी घेण्यासाठी मायकेल ओणवा झाला, तेव्हा नेम धरून मी त्याच्या कुल्ल्यावर जोराने लगावून दिली. हा प्रकार काही नवा नव्हता. अशा तऱ्हेने राग व्यक्त करण्याची

पद्धत आमच्या घरात होतीच. आमची ही सवय जावी, म्हणून आम्हा दोघांच्याही बायकांनी प्रयत्नसुद्धा केले होते, पण काही उपयोग झाला नव्हता. अशा वेळी एकमेकांच्या मनातले आम्हाला कळत असे.

या वेळीही तसेच झाले. समझोता झाला आणि थोड्याच वेळात मी आणि मायकल आभाळात उडालो.

दुरुस्तीनंतरचे हे पहिले उड्डाण अगदी व्यवस्थित पार पडले.

मग एके दिवशी सकाळी आम्ही आरुषाला राहणाऱ्या कर्नल मॉलीला फील्ड रेडिओवरून संदेश पाठवला की, एखादे खाजगी विमान पाठवा. आमच्या दोन्ही तंत्रज्ञांना नैरोबीला पोचते करावयाचे आहे. यावर परत संदेश आला की, एका स्त्रीच्या राहण्याची व्यवस्था करा. याचा अर्थ असा होता की, विमानाचा पायलट येताना आपल्या बायकोला किंवा मैत्रिणीला बरोबर घेऊन येणार होता. आम्हाला राग आला. विमानासाठी खर्च आम्ही सोसणार होतो. मग ही फुकट बैदा का?

विमान येऊन दाखल झाले आणि आमचा राग अगदी व्यर्थ होता, असे आढळून आले. कारण विमान घेऊन येणारा पायलट म्हणजे एक बाईच होती!

ऐन जंगलात वस्ती टाकून राहणे हे फार सुखाचे होते. मधूनमधून आम्ही युरोपला गेलो म्हणजे तिथली सर्द हवा, सदोदित झाकाळून आलेले आभाळ, माणसांची गर्दी हे सगळे बघून आम्हाला सेरेनगटीच्या ह्या घराची फार आठवण येत असे. आमचे हे घर एवढे लहान होते की, विमानातून ते दिसतच नसे. सेरोनेरा नदी धरून बनागी टेकड्यापर्यंत यावे लागे आणि झाडाझुडपांत दडलेले घर शोधून काढावे लागे.

आमच्या घराला तशी केलेली जमीन नव्हती. पत्रे एकमेकाला जोडून रानातच घर उभे केले होते. झाडलोटीची दगदग नव्हती. कारण खाली मऊ तांबडी माती होती. रात्री झोपण्याच्या वेळी पायाकडे लक्ष द्यावयाचे नाही. कारण पाणी ही वस्तू फार मोलाची, दुर्मीळ होती. बोटांची नखे काळी झाल्यामुळे वारंवार डोके खाजवणे हा प्रकारही टाळणे इष्ट होते. वेळोवेळी आम्ही स्वत:ला विचारत असू की, आमचे हे घर जर आमच्या बायकांनी बघितले, तर त्या काय म्हणतील?

साऱ्या घरभर भिंतींना लागून आम्ही मोकळी खोकी रचलेली होती. कोनाड्याप्रमाणे ह्या खोक्यांचा आम्ही उपयोग केला होता. साबणाची भुकटी, भाजीपाला आणि मांसाचे हवाबंद डबे, पिकत ठेवलेले अननस, कोबीचे गड्डे, मासळी आणि सफरचंद ह्या सगळ्या वस्तूंसाठी वेगवेगळी खोकी होते. स्वत:चेच विमान असल्यामुळे जरूर पडेल तेव्हा नैरोबीला जाऊन ह्या वस्तू आम्हाला आणता येत असत. इतर खोक्यांतून पुस्तके, कॅमेरे, टाइपरायटर, हत्यारे, दोर असले सामान होते. थोडक्यात, आमचे घर म्हणजे आफ्रिकेतील भारतीय वाण्याचे दुकान होते.

पॅराफिनवर चालणारा फ्रीजसुद्धा आमच्या ह्या जंगलातील वस्तीत होता. आम्ही आइस्क्रीमसुद्धा करत असू. आमचा स्वैपाकी देसुसा हा हुशार माणूस होता, पण इंग्रजी वाचता येत नसल्यामुळे प्रत्येक डब्यावर लिहिलेल्या सूचना त्याला वाचून दाखवाव्या लागत. हा गृहस्थ झोपडीतून स्वयंपाकघरात जायचे म्हणजे कधीही चालत जात नसे. तुरुतुरु पळत असे. ''इतकी काय घाई तुला नेहमी असते रे?'' म्हणून विचारले, तेव्हा त्याने उत्तर दिले, ''मोठे मालक लठ्ठ होण्याच्या भीतीने काळा ब्रेड खातात. मी लठ्ठ होऊ नये म्हणून पळतो.''

एके दिवशी आमचा फ्रीज चालेना. पॅराफिनवर जळणाऱ्या बत्त्यासुद्धा अगदी मंद जळू लागल्या. मायकेलने पुष्कळ खटपट करून पाहिली. बत्त्या स्वच्छ केल्या. मेंटले बदलली. गरम होण्यासाठी स्पिरिट वापरून पाहिले, पण काही उपयोग झाला नाही.

नंतर आम्हाला शोध लागला की, आमच्या भारतीय वाण्याच्या दुकानात नवा नोकर आला होता, त्याने पॅराफिनऐवजी कसलेसे कीटकनाशक औषध दिले होते. ते घालूनसुद्धा बत्त्या पेटलेल्या राहिल्या होत्या हे नशीब! कीटकनाशकाऐवजी पेट्रोल दिले असते तर!

संध्याकाळी दिवेलागणीनंतर आम्ही निवांत बसलो असताना एकाएकी टापांचा आवाज कानावर आला. काय आहे, म्हणून आम्ही उठून पाहतो न पाहतो, तेवढ्यात एक भला मोठा विल्डबीस्ट थेट कँपमध्येच शिरला. आमच्यापासून सहा-एक फुटांवर येऊन उभा राहिला. आम्ही मोठ्याने ओरडताच शेपूट उंच करून पळाला. ह्या अचानक प्रकाराने चकित होऊन आम्ही पुन्हा बसतो न बसतो, तोच पुन्हा आवाज झाला. ह्या खेपेला तर जनावर येऊन दोन फुटांवर उभे राहिले! हा हू करून आम्ही धुडकावताच अंधारात दिसेनासे झाले. आता मात्र अति झाले, असे म्हणून आम्ही निशाणीसाठी बांझे बार काढावयाचे पिस्तूल हातात घेऊन तयारीने उभे राहिलो.

तिसऱ्या खेपेला ह्या जनावराने मजाच केली. हळूहळू टापांचा आवाज वाढत गेला, जवळ जवळ आला आणि तेच जनावर पुन्हा आले. थेट आमच्या अंगावरून पुढे गेले. त्याच्या उधळण्याने खुर्ची कोलमडली. टेबल थोडक्यातच वाचले. पलीकडे असलेल्या नदीच्या डोहात उडी घेऊन जनावर नाहीसे झाले. ह्या गुलामाला काय झाले होते, याचा पत्ता आम्हास शेवटपर्यंत लागला नाही.

लवकरच चतुष्पाद प्राण्यांची शिरगणती करण्याच्या उद्योगात आम्ही दोघे गर्क होऊन गेलो. विमा उतरल्यामुळे पार्कचे गेम वॉर्डनही आमच्या विमानातून येत. सबंध रानाचे आम्ही बत्तीस विभाग केले होते आणि एक एक विभाग रोज घेत होतो. काम सोपे नव्हते. सगळ्या नद्या, टेकड्या दाखवणारा चांगलासा नकाशा उपलब्ध

नव्हता. जो होता, तो बरोबर नव्हता. त्यात चुकीची अंतरे दाखवलेली होती. त्यामुळे आम्हाला हद्दी निश्चित करण्यासाठी नद्या, खडक अशा खुणा ठरवाव्या लागल्या. क्षितिजावर दिसणाऱ्या ज्वालामुखीचाही उपयोग करून घेतला. ज्या ठिकाणी असे काही मिळाले नाही, तिथे चुन्याच्या कागदी पिशव्या टाकून खुणा कराव्या लागल्या.

पायलटचे काम मायकेल करत होता. एकशे पन्नास ते तीनशे फूट उंचीवरून आम्ही उडत असू. खाली असलेली जनावरे नीट पाहता येत. पायलटशिवाय आणखी दोन उतारू लागत. पैकी एक मी. मायकेल आणि मी एकाच बाजूची जनावरे बघत असू. त्यामुळे आम्हाला ताळा जमवता येत असे. प्रत्येक मोजणीदारापाशी वीस रकाने पाडलेला कागद असे. प्रत्येक महत्त्वाच्या प्राण्याला वेगळा रकाना असे.

कुठेतरी एखादे तरस, एखादा-दुसरा शहामृगाचा कळप एवढेच प्राणी दिसू लागले, म्हणजे ताशी एकशे तीस मैलांच्या वेगाने आम्ही जात असू. तीच, बरीच जनावरे आहेत, असे दिसताच वेग कमी करून ताशी तीस मैल असा वेग ठेवावा लागे. इतक्या सावकाशपणे फार वेळ उडणे शक्य होत नसे, कारण इंजीन तापे. प्रत्येक मोजणीदाराला पाचशे यार्ड रुंदीची पट्टी तपासावी लागे. हे अंतर आम्ही पांढरे दगड मांडून नक्की केलेलेच होते. शिवाय बरोबर येणाऱ्या मोजणीदारांना बऱ्याच वेळा फेरफटका मारून आणले होते. त्यामुळे ह्या खुणा त्यांच्या लक्षात पक्क्या राहिल्या होत्या. प्रत्येक पट्टीच्या शेवटाला गेल्यावर झर्रकन वळसा घेऊन माघारी फिरावे लागे. सवय नसलेल्या लोकांची पोटे या प्रकारामुळे ढवळून निघत. हजार यार्डाच्या अंतराने सबंध सेरेनगटीचे रान आम्ही पालथे घातले. डोंगराळ भाग, शांत ज्वालामुखीची तोंडेसुद्धा! आमच्या मुक्कामापासून रोज तोडावे लागणारे अंतर लक्षात घेतले, म्हणजे केवढे अफाट रान आम्ही चाळले, भयंकर महाग असलेले किती पेट्रोल खर्ची टाकले, याची कल्पना येईल. विमानासाठी लागणारे पेट्रोल परदेशाहून मागवावे लागे. प्रथम ते टांगानिकाला येई. तिथून रेल्वेने लेक व्हिक्टोरियापर्यंत येई. तिथून बोटीने जमिनीवर उतरले जाई आणि रस्ते धड असले, म्हणजे लॉरीने आमच्यापर्यंत पोचे. म्हणजे प्रत्येक मैलामागे ह्या पेट्रोलची किंमत चढती राही आणि शेवटी मुक्कामावर पोचे, तेव्हा बरीच पिंपे अर्धवट रिकामी झालेली असत. घाम गाळून मिळवलेला आमचा पैसा असा वाफ होऊन जात होता.

तीन तासापेक्षा जास्ती वेळ आम्ही मोजणीचे काम करत असू. एवढ्या कामाला दांडगा उत्साह आणि एकाग्रता पाहिजे. दर क्षणी खाली पाहावे लागे. खालची जमीन न्याहाळावी लागे. शिवाय मनातल्या मनात गणित मांडून ते ध्यानात ठेवावे लागे. मोकळा वेळ मिळताच ते कागदावरून उतरून ठेवावयाचे असे.

मध्ये विसावा घेण्याची सोयच नव्हती. विमानात दुसरे लोक असताना बिगर माहितीच्या रानात उतरणे आणि पुन्हा उडणे बरोबर नव्हते.

झोपेत आम्ही आकडेच बडबडू लागलो. एकदा रात्री मला वाटले, आपले कान कामातून गेले. सारखा गूंगूं, सुई, घुर्रर असा आवाज मला ऐकू येत होता.

नंतर मला कळले की, माझ्या उशीखाली लहानसा रेडिओ होता. खट्याळ मायकेलचा हा उद्योग होता. एका फॅक्टरीवाल्याने हा रेडिओ आफ्रिकेत कसा काय चालतो, ते पाहण्यासाठी आम्हाला दिला होता. जर्मनीत असताना त्याच्यावर सगळी युरोपियन स्टेशने लागत होती, पण येथे मात्र भेसूर, विचित्र आवाज येत होते.

त्याच रात्री मला स्वप्न पडले. आम्ही ब्रुसेल्सवरून जात होतो. (बेल्जम कांगोला जाताना ह्या गावी आम्ही पुष्कळदा गेलो होतो.) एका अरुंद रस्त्यावर आम्ही मोठ्या कसबाने उतरलो, पण विमानाचे पंख तारांत अडकले. एक पंख मोडला. विमानातला एक उतारू (हा माझ्या काही ओळखीचा नव्हता) खाली उतरला आणि म्हणाला, ''ह्या डबड्यातून मी पुन्हा जन्मात कधी प्रवास करणार नाही.'' आम्ही सामान उतरू लागलो. तेवढ्यात एक साप मला चावला. मायकेल ताबडतोब शेजारी असलेल्या औषधांच्या दुकानाकडे धावला. पण दुकानदार म्हणाला, ''आमच्याकडे सापाचे इंजेक्शन नाही. आता पॅरिसहून मागवतो.''

मुडद्यावर बसलेली गिधाडे, घारी आमचे विमान वरून गेले, तरी जागची उठत नसत. उडत्या घारी-गिधाडांवर मात्र आम्ही सारखी नजर ठेवून होतो. ही पाखरे केव्हा विमानावर धडकतील, याचा नेम नसतो. इतर मोजणीदार खाली पाहून जनावरे मोजत असताना मायकेल उडत्या गिधाडांवर लक्ष ठेवून असे. लहानसा पक्षीसुद्धा विमानाशी टक्करला, तरी मरणाशीच गाठ होती. स्वदेशी असताना आम्हाला विमान शिकवणारे गृहस्थ हर रिपल एका उडत्या बदकामुळे गोत्यात आलेले आम्हाला माहीत होते. हे बदक विमानाच्या पंखावर आदळले आणि भले मोठे भोक पडले. खाली आल्यावर बघितले, तर त्या भोकात बदक तसेच अडकून राहिलेले होते.

जमिनीकडे झेपावून गिधाडे-घारी आम्हाला टाळत असत. आमच्या समांतर उडणारी गिधाडे मुळीच न भीता कुतूहलाने आमच्याकडे बघत. आभाळात त्यांना कोणी शत्रू नसावा. आमचे विमान इतक्या वेगाने ह्या पाखरांना मागे टाकून पुढे जात असे की, मला वाटे पाखरे उलट्या दिशेने म्हणजे शेपटाकडून उडताहेत.

आम्ही वरून झेपावलो, म्हणजे खाली जमिनीवर चरणारे मोठे माळढोक माना ताणून पळत. त्यांच्या लांब माना जमिनीशी ताणलेल्या असत, पण तोंड मात्र वर असे. आम्ही काय करत आहोत, यावर डोळा ठेवून ते पळत राहत. अगदी क्वचितच उडत.

जवळजवळ दहा लक्ष जनावरे सेरेनगटीला होती, असे गृहीत धरले जात होते. अनेक आठवडे मोजदाद केल्यावर आम्ही आकडे मिळवले. ते असे –

हरणे	१,९४,६५४
नू जातीची जनावरे (विल्डबीस्ट)	९९,४८१
झेब्रा	५७,१९९
टोपी	५,१७२
इलनु काळविटे	२,४५२
इंपाला	१,७१७
रानम्हसरे	१,८१३
कोंगोनी	१,२८५
जिराफ	८३७
हरणे	२८४
करकोचे	१७८
सरळ शिंगेवाली काळविटे	११५
हत्ती	६०
काळविटे	५७
गेंडे	५५
शहामृग	१,६२१

म्हणजे सेरेनगटीला असलेल्या मोठ्या प्राण्यांची संख्या तीन लक्ष सहासष्ट हजार इतकी झाली. आणखी दहाएक हजार जनावरे आमच्या नजरचुकीमुळे मोजण्याची राहून गेली, असे गृहीत धरले, तरी अंदाज होता, त्याच्यापेक्षा ही संख्या फक्त तिसरा हिस्साच होती.

३,६६,००० हा आकडासुद्धा काही थोडाथोडका नव्हे. ही एवढी जनावरे जगातील इतकी राने, डोंगर, नद्या, जंगले इथे होती का?

काळविटांचे प्रचंड कळप सेरेनगटीची हद्द ओलांडून पलीकडे चरताना आम्हाला आढळले होते आणि सरकारचे म्हणणे होते की, आहे ही हद्द बदलायची. पसारा कमी करायचा.

मग प्रचंड संख्येने हिंडणारी ही जनावरे कुणीकडे बरे जातील? त्यांचे काय होईल?

आमची मने काळजीने व्यग्र झाली.

झेब्र्यांना पिवळी रंगरंगोटी

आम्ही एका नव्या योजनेच्या मागे होतो.

मोजणीप्रमाणे तीन लक्ष सहासष्ट हजार जनावरांत सत्तावन्न हजार झेब्रे होते, हे आम्हाला माहीत झाले होते. या प्राण्यांच्या सवयींचा अभ्यास आम्हाला करावयाचा होता. हे काम आभाळातून निरीक्षण करून होण्याजोगे नव्हते. उदाहरणार्थ, आदल्या वर्षीच्या पंचवीस जानेवारीला आमच्या डायरीत नोंद होती.

'विल्ड बीस्टचे कळप दोन फूट रुंद आणि आठएक इंच खोल असा ओढा एकदम ओलांडून न जाता बराच वेळ काठाकाठानेच धावतात. विमानातून पाठलाग केला, तरी ते ओढा ओलांडत नाहीत. काठ धरून पळतात आणि शेवटी माघारी वळून पुन्हा त्याच पद्धतीने पळत राहतात.'

यानंतर चार आठवड्यांनी मायकेलने समासात शेरा मारला होता – 'नॉनसेन्स, हे निरीक्षण मूर्खपणाचे आहे.'

मायकेलचे म्हणणे खरे होते. वरून दोन फूट रुंद दिसणारे हे ओढे आम्ही पायी पायी जाऊन पाहिले, तर त्यांची रुंदी सहा यार्ड होती आणि पाणी सहा फूट खोल होते. काठाने काढलेले गवत वरून पाहिले तेव्हा चार-सहा इंच वाटले होते, पण प्रत्यक्षात तीन फूट उंच होते.

झेब्र्यांच्या बाबतीत पहिली अडचण इतकी होती की, आज लेम्युटा भागातील टेकड्यांवर पाहिलेला कळप हा आदल्या दिवशी आम्ही पंचवीस मैलांवर पाहिला तो नाही, हे कळायला मार्ग काय? नॅशनल पार्कमध्ये जुलै महिन्यात चरणारा कळप

आणि नंतर डिसेंबरमध्ये चरणारा कळप हे एक की दोन? ही कोडी सोडवण्यासाठी आम्हाला झेब्र्यांना ओळखण्याजोग्या खुणा करावयाच्या होत्या आणि हे काम मुळीच सोपे नव्हते.

सल्ला देणारे बरेच लोक भेटले. एक सल्ला असा की, पाण्यात गुंगीचे औषध टाकून द्या. मी पशुवैद्य आहे. असे काही पाण्यात मिसळले, तर त्या पाण्याला तोंड लावण्याअगोदर झेब्रे किती काळ तहान मारतील, तडफडतील याची मला कल्पना होती. शिवाय, गुंगीचे औषध किती प्रमाणात पाण्यात टाकायचे? झेब्रे लक्षात घेऊन त्यांच्यापुरते औषध मिसळले, तरी लहान प्राणी तेच पाणी पिणार आणि नक्की मरणार. पावसाळ्यात सगळीकडे पाणी असते. कुठे आणि किती म्हणून औषध टाकणार?

जनावरांना पकडण्याचा धंदा करणारे बरेच तज्ज्ञ लोक शेजारच्या केनयात होते. कार हार्टले हा सर्वत्र प्रसिद्ध माणूस होता. त्याची माझी कित्येक वर्षांची ओळख होती. सेरेनगटीचा रेंजर गोर्डन पूलमन आणि कार हार्टले भाऊ-भाऊ होते. गोर्डनने आपल्या भावाबरोबर हा धंदा काही वर्षे केला होता. यालाही चांगला अनुभव होता. तो आमचा ड्रायव्हर बनला आणि झेब्र्यापाठोपाठ रानोमाळ आमची पट्टेरी मोटार वीस-चाळीस मैल वेगाने मारून आम्ही काय काय धाडसे केली! गोर्डन अजब

माणूस होता. देवच त्याच्या मागे उभा असे. चुकून कधी अपघात झाला नाही.

एकदा आम्ही मोठ्या नर शहामृगाच्या मागे लागलो. हा पक्षी जवळजवळ आठ फूट उंच होता. अकरा-अकरा फूट लांब उडी तो सहज घेत होता. त्याच्या बरोबरीने गोर्डन अशा कौशल्याने मोटार हाकत होता की, साध्या लेन्सने १/१००० एवढे एक्सपोजर ठेवून मी फोटो घेऊ शकलो. मायकेलने दारावर पालथे पडून स्वतःला बांधून घेतले होते आणि तो सिनेकॅमेऱ्याने स्लो मोशनवर शहामृगाची फिल्म घेत होता. मोटारीचा वेग ताशी तीस मैल होता. शहामृग मजेत होता. त्याला ह्या शर्यतीचे काहीच वाटत नव्हते. वीस मिनिटे झाली. आम्ही थांबलो, तरी तो पुढे मैलभर पळतच राहिला. आपण मुळीच थकलेलो नाही, हे जणू त्याला दाखवावयाचे होते. शहामृगाचे हृदय भलतेच मजबूत असावे. मजबूत आणि शूरसुद्धा! काही दिवसांपूर्वी आम्हाला शहामृगाची एक जोडी दिसली. बरोबर आठ पिलेही होती. एक तरस कुठून उपटले आणि आठपैकी एक पिलू उचलून पळवण्याचा त्याने घाट घातला. त्याबरोबर पिल्लांना सांभाळत नर राहिला आणि मादी तरसावर धावून गेली. एक मैलभर पाठलाग करून तिने तरसाला पार कुठल्याकुठे हाकून लावले.

हेच कुटुंब आम्हाला पुन्हा काही दिवसांनी भेटले, तेव्हा सातच पिले दिसली.

आणखी एकदा एक शहामृग उघड्या माळावर दिसला. आपले दोन्ही पंख पसरून त्याने सावली केली होती आणि उन्हाने हैराण झालेली पिले त्या सावलीत बसली होती.

कधी पळता पळता शहामृग एकाएकी नाहीसा झालेला दिसतो. मागोमाग जाऊन तपास घेतल्यावर दिसते की, जमिनीवरच मुरला आहे. आपली मान लांब

करून त्याने जमिनीवर टेकलेली असते. शहामृग वाळूत डोके खुपसतो आणि आपल्याला कोणी पाहत नाही, अशी कल्पना करून घेतो, अशी कथा प्रचलित आहे, तिचे मूळ ह्या त्याच्या मुरण्यात असावे. अरब लोकांनी प्रथम ही गोष्ट कागदावर उतरवली आणि पुढे शतकानुशतके रोमन लेखकांनी तिची री ओढली. विशेषत: तरण्या शहामृगांना ही खोड दिसते. असे मुरून बसले असताना आपण जवळ जाताच ते पुन्हा उठतात आणि पळतात. नर शहामृग सिंहासारखे गर्जनाही करतात. श्वासनलिकेतून हवा तोंडाकडे घुसवून, चोचा घट्ट बंद करून त्यांना गर्जना करता येते. अशा वेळी त्याची तांबडी, पिसे नसलेली मान फुगा फुगावी तशी फुगते. हा प्रांत माझा आहे, इथे माझी सत्ता आहे, असे माद्यांना सांगण्यासाठी ही गर्जना असते.

प्रेमात पडलेला शहामृग अगदी माणसाप्रमाणेच वेडाचार करतो. आपल्या लांब पायांवर बसून पंख पसरतो. एक एक पंख आळीपाळीने जमिनीवर आपटून ताल धरतो. मान पाठीवर घेऊन आपलीच पाठ घासतो. या काळात त्याची मान आणि पाय चकाकत्या लाल रंगाचे झाले असतात. हा भला थोरला पक्षी असे चमत्कारिक वर्तन करताना पाहून आपल्याला आश्चर्य वाटते, पण माद्यांना सगळे कळते. त्या खोडसाळपणाने दूर दूर पळतात आणि नर त्यांची पाठ धरतो.

शहामृगाच्या पिसांचा दागिन्यांप्रमाणे उपयोग प्रथम इजिप्शियन लोकांनी केला. मध्ययुगीन सरदार लोकांच्या मुकुटासाठीच जोवर या पिसांचा उपयोग केला जात होता, तोपर्यंत बिचारे शहामृग सुरक्षित होते; पण पुढे शहामृगांची पिसे वापरण्याची फॅशन बायकांनी उचलली आणि शहामृगांच्यावर संकट आले. अरबस्तान आणि पर्शियातून शहामृगांचा नायनाट झाला. आफ्रिकेतसुद्धा सहाराच्या दक्षिणेला शहामृगाच्या अंड्यांची जुनीपुराणी टरफले सापडू लागली.

फक्त नरच मारावेत, ह्या कायद्याचा काही उपयोग झालेला नाही. उलट तोटाच झाला आहे. अंडी उबवण्यासाठी नर मादीला मदत करतो. जमिनीत खळगा उकरून त्यावर तो बसतो. मग मादी त्याच्या छातीपाशी अंडी घालते. चोचीने, मानेने ही अंडी नर आपल्या अंगाखाली घेतो. दिवसा तिसऱ्या प्रहरपासून सकाळपर्यंत नरच अंड्यावर बसतो. मादी इतका वेळ बसत नाही. नर शहामृग हा एकपत्नी असतो का बहुपत्नी असतो, हे आजतागायत माहीत नाही; पण नर जेव्हा कमी झाले, तेव्हा अनेक माद्या एका नरावरून मारामाऱ्या करू लागल्या. एका नराकडे बरीच अंडी येऊ लागली. एवढा मोठा ढीग उबवणे त्याला शक्य नव्हते. साहजिकच ढिगांपैकी एकाही अंड्यातून पिलू निघाले नाही.

सेरेनगटीत असलेल्या एक लक्ष सहाशे सहा शहामृगांवर आपल्या नैर्ऋत्य आफ्रिकेतील भाऊबंदांसारखा प्रसंग येऊ नये. पहिल्या महायुद्धाच्या वेळी शहामृग

मारावयास संपूर्ण बंदी होती, कारण त्या वेळी पिसांना भलताच भाव होता. युद्ध चालू होते, तेव्हा शहामृगांची शिकार करण्याला कुणाला उसंत नव्हती आणि नंतर पिसे वापरण्याची फॅशनच राहिली नव्हती. मग शहामृगांची संख्या खूप वाढली. त्यामुळे बंदी उठली. ताबडतोब व्यापारी वृत्तीच्या लोकांनी मोटारीतून पाठलाग करून अतोनात शहामृग मारले. एका एका खेपेला चारपाचशे कातडी बरोबर घेऊन ते घरी परतू लागले. पैशाची पाकिटे आणि हँडबॅगा तयार करण्यासाठी ही कातडी खर्ची पडली. एकाएका शहामृगाचे तीनशे पौंड मांस पडते, ते कुणाला नको होते. मांसाचे ढीग कुजून वाया गेले. गिधाडे आणि तरससुद्धा एकदम एवढ्या मांसाचे करणार काय?

माणसाने दाखवलेले प्रेम आणि मेहरबानी ह्यांवर विसंबणे काही खरे नव्हे. म्हणूनच मी म्हणतो की, जिथे माणसांना चरितार्थाचे साधन नाही, अशी राने जनावरांसाठी संभाळून ठेवली पाहिजेत. अशा जागी लक्षावधी प्राणी मुक्तपणे राहतील. आमची आणि आफ्रिकन लोकांची नातवंडे-पतवंडे पाहतील की, आम्ही युरोपियन लोकांनी ख्रिश्चनधर्म आणि गुलामगिरी, मानवी हक्क आणि मशीनगन्स, औषधे आणि मोटारगाड्या आणण्याअगोदर हा आफ्रिका देश कसा होता!

झेब्रे धरायचे आणि त्यांना रंग द्यायचा, असे आम्ही ठरवून टाकले आणि उद्योगाला लागलो.

पन्नास ते साठ झेब्रे उघड्या रानात दिसले. आमच्या पट्टेरी मोटारीकडे त्यांनी लक्षच दिले नाही. मायकेलने मोटार जवळ नेली. सहा झेब्रे कळपांच्या एका बाजूला होऊन चरत होते, त्यांनी डोकी वर केली. कान टवकारले. एकदम पाठमोरे होऊन पळायला सुरुवात केली.

गोर्डन पूनमन हातात फासाची काठी घेऊन मोटारीच्या टपावर चढला. मायकेलने मोटार दामटली. आता पळता पळता झेब्र्याच्या नाकापुढे फास आणायचा, तोंडावरून ओढून, गळ्यात अडकवायचा. मोटार वेगात होती. झेब्रे बरोबरीने पळत होते. आम्हाला गचके बसत होते. डोकी टपाला धडकत होती. जोराने ब्रेक लावल्यावर गोर्डन मोटारच्या पुढे फेकला गेला असता. वेडीवाकडी वळणे घेतली, तर डाव्या-उजव्या बाजूला खाली पडणार होता. स्वत:ला कुठे बांधून घेणेही त्याला पसंत नव्हते. ते जास्ती धोक्याचे होते, असे त्याचे मत होते.

अखेर गोर्डनने फास नेमका झेब्र्याच्या गळ्यात अडकवला. मायकेलने सावकाश ब्रेक लावला. गोर्डनने खाली उडी टाकली. आम्हीही खाली उतरून दोर घट्ट ओढून धरला. पळणारा झेब्रा थांबला. त्याला आम्ही रंगवून काढला.

झेब्रा रंगवणे हे काम काही अवघड नव्हते. हिरवा, तांबडा कसलाही रंग लावणे कठीण नव्हते. बायकांचे केस रंगवण्याचे शास्त्र पुष्कळ प्रगत झालेले आहे, पण

प्रत्यक्षात आमच्यापुढे मोठीच अडचण उभी राहिली. बायकांचे केस रंगवण्यासाठी उष्णता आणि वाफ यांची जरुरी असते. केवळ धुणे आणि रंग लावणे एवढे करून भागत नाही म्हणे. रंगकामातल्या निष्णात गृहस्थाचा आम्ही सल्ला घेतला, पण झेब्र्यांना थंडा रंग कसा देता येईल, यासंबंधी काही त्यांना सांगता आले नाही. साहजिकच आम्ही जुनी पद्धत स्वीकारली. पिक्रिक ॲसिड वापरले. झेब्रा पिवळाजर्द झाला.

रंग पक्का बसला आमच्या हातांना आणि पँटींना. आपण एकटेच पिवळे झालेलो नाही, तर साहेबही झाला आहे, असे समाधान झेब्र्यांना मिळाले असेल.

पण दुर्दैवाची गोष्ट म्हणजे, ह्या रंगाचाही उपयोग नव्हता. आम्हाला पुढे कळले की, सुरुवातीला पिवळा दिसणारा रंग लवकरच मळकट विटकरी होतो. आखूड केस झडून गेल्यावर, नवे पांढरे उगवतात. ह्या रंगवण्याचा काही उपयोग नव्हता. काहीतरी दुसरा उपाय शोधणे जरूर होते; पण तूर्त आम्हाला एक चिंता होती. ह्या पिवळ्या मंडळींना इतर झेब्रे आपले म्हणतील का, का वाळीत टाकतील? चावतील? असे जर घडले असते, तर झेब्र्यांना खुणा करणे योग्य नव्हते.

रंगवलेला झेब्रा आम्ही सोडून दिला आणि तो कळपात मिसळल्यावर दुर्बिणीतून बघू लागलो.

काही घडले नाही. हा जन्मल्यापासूनच पिवळाच होता, अशा पद्धतीने इतर मंडळी वागली. ठीक! आम्ही थोडी का होईना, प्रगती केली होती.

तीन-चार मिनिटे ताण काढल्यावर झेब्रा दमतो, त्याची दमछाक होते; पण दुसऱ्या झेब्र्याच्या वेळी हे जमेना. पळणारा झेब्रा वरचेवर सुटून झाडीत शिरला होता. झाडे तशी लांब लांब होती, तरीसुद्धा एखादे झाड नेमके मोटारीला आडवे येत होते. झेब्रा गाठणे मायकेलला जमेना. शेवटी गोर्डनने आणि मायकेलने जागा बदलल्या. मायकेलने टपावर उभा राहून हे धोक्याचे काम करावे, याला माझा विरोध होता. मगाबो म्हणाला, ''मी मोटार चालवतो.'' गोर्डन टपावर जायला तयार झाला.

पण मायकेल ऐकेना. तो मला म्हणाला, ''थोडा धोका आहे, असे काम आपण कधीही दुसऱ्याला सांगता कामा नये, हे तुम्हाला कळलं पाहिजे.''

''ठीक आहे.'' मी माघार घेतली.

टपावर उभा राहून मायकेल एक मादी फासात पकडू लागला. जेव्हा जेव्हा फास अडकायच्या बेतात येई, तेव्हा तेव्हा मादी नेमकी मान खाली घाली. इतकी की, फास जमिनीला टेके, नाहीतर तिच्या पुढच्या पायात येई.

एकाएकी गचका बसला, गोर्डनने एकदम ब्रेक लावला.

मायकेल जमिनीवर फेकला गेला. मोटारीतून उडी घेऊन आम्ही त्याच्या भोवती गोळा झालो.

"मायकेल!"

त्याच्या मानेला पडलेले भोक मला दिसले. रक्त!

मायकेलला मूर्च्छा आली होती.

दोघांनी त्याला उचलून गाडीत नेऊन बसते केले. मी जखम तपासली. बरीच खोल होती, पण रक्त फार येत नव्हते. मी घाबरून गेलो. 'श्वासनलिकेला दुखापत झाली किंवा धमनी फुटली किंवा आतल्या आत रक्तस्राव झाला तर?'

हळूहळू मायकेल पांढरा पडला. क्षीण दिसू लागला. त्याच्या पापण्या उघडून आतला भाग अद्याप गुलाबी दिसतो का, म्हणून पाहिले. तो पांढरट दिसला! हे लक्षण बरे नव्हते. मायकेलची शुद्ध हरपली. आता त्याला मोटारीखालीच झोपायला पाहिजे होते. सावली अशी तिथेच होती. दुपारची वेळ आणि सूर्य डोक्यावर आलेला. आम्ही विमानात नेहमी बाळगत असू, ती प्रथमोपचाराची पेटी सुदैवाने मोटारीत होती.

शुद्धीवर आल्या क्षणी मायकेलने विचारले, "ह्या सगळ्या प्रकाराची नीट नोंद केली का? फोटो घेतले का?"

मी म्हणालो, "गप्प राहा मायकेल, बोलू नकोस तू."

हा अपघात कसा झाला, ते नंतर मला समजले. झेब्र्याने डोके खाली घातले. फास असलेला बांबू मायकेलने खाली केला. मोटारीला गचका बसताच बांबू जोराने जमिनीला थटला. मोटार वेगात असल्यामुळे बांबूचे दुसरे टोक मायकेलच्या मानेत घुसले. त्या धक्क्याने तो मागे पडला हे नशीब! जागी बांधलेला असता, तर चिरलाच गेला असता.

मायकेलला गाडीत घालून विमानापर्यंत न्यायला वीस मिनिटे लागली. आधार देऊन मी माझ्या मुलाला, दुसऱ्या पायलटच्या जागी बसवले. टोपण खाली ओढले, इंजीन सुरू केले. बुस्टर पंप तपासला. तेलाचे तपमान वर जाण्याची वाट पाहत अधीरतेने बसून राहिलो.

शेवटी उड्डाण.

मुसोमाला लहानसे हॉस्पिटल होते. मुख्य सर्जन भारतीय होता. आपल्या कामात त्याची खूप ख्याती होती.

बसून राहावे लागल्याने मायकेलला त्रास होत होता. पुन:पुन्हा त्याचे डोके पुढे झुकत होते. सावरून बसत होता. त्याचे हात घामेजलेले दिसले.

मुसोमाला मी कधी गेलो नव्हतो. वाटेतल्या अनेक टेकड्या, वस्त्या पाहून वाटत होते, वाट चुकलो की काय? माझी चिंता पोराला कळली. मी भ्यालो होतो, याची जाणीव झाली. कळ सोसतच, हसरा चेहरा करून त्याने हात हलवून म्हटले, "बाबा, घाबरू नका!"

मी मिनिटे मोजत होतो. मुसोमा कधी दिसते, म्हणून बघत होतो. वरून विमानतळ मोठा दिसला, पण प्रत्यक्षात तसा नव्हता. माझा दृष्टिभ्रम होता. नीट सपाटीसुद्धा नव्हती. गचका घेऊन विमान थांबले. लगोलग हातात पुस्तक घेऊन नोंद करण्यासाठी काळा माणूस आला. त्याला तसाच उभा करून मी एखादे वाहन मिळते का, म्हणून धावलो.

काही नव्हते. शुकशुकाट होता. सर्वत्र निर्जन भकास होते. मोटार नाही, युरोपियन माणूस नाही, काही नाही!

शेवटी एक घर दिसले. मी दार वाजवले. एक बाई बाहेर आली. माझ्या जखमी मुलाला हॉस्पिटलमध्ये नेण्यासाठी मला मोटार पाहिजे, म्हणून मी विनंती केली. बाई उमगल्या. दोन मिनिटांत मोटार बाहेर पडली.

हॉस्पिटल! भारतीय सर्जन चांगला जाणकार दिसला. त्याने जखम पाहून म्हटले, ''भूल देऊन मला पाहिलं पाहिजे, मानेच्या आत काय झालं आहे ते!''

ऑपरेशन थिएटर लहान, पण स्वच्छ होते.

मला बाहेर थांबावे लागले.

वेळ जाता जाईना.

दोन तासांनी मायकेलला बाहेर आणले. गाढ झोपेत होता. लहानशा खोलीत नर्सने बिछाना तयार केलेलाच होता. सर्जनने मायकेलच्या मानेत घुसलेली बांबूची ढलपी बाहेर काढली होती. जखम स्वच्छ करून टाके घातले होते.

तीन दिवस तरी हॉस्पिटलमध्ये राहावे लागणार होते. उशाशी बसून मी मायकेलकडे पाहत राहिलो. केवढा प्रसंग टळला होता!

मी मनात म्हणालो, 'प्राण खर्ची घालावेत, इतक्या मोलाचे हे काम आहे का? एवढ्या प्रयत्नानंतरही सरकारने पार्कचा आकार कमी केला, हद्दी पुन्हा आखल्या आणि जनावरांचे कळप जगू शकले नाहीत तर? पुढे येणारे आफ्रिकन लोकांचे सरकार लेखणीच्या एका फटकाऱ्यासरशी सगळे होत्याचे नव्हते करून टाकणार नाही ना?'

मायकेल जागा झाला. मी एखाद्या हॉटेलमध्ये जावे, असा आग्रह त्याने धरला. दहानंतर हॉस्पिटलमध्ये राहण्याची परवानगी नव्हती.

काळोखी रात्र होती. रस्त्यावर दिवे नव्हते. बराच वेळ भटकल्यावर एकुलते एक हॉटेल सापडले. बारमध्ये असलेल्या प्रत्येकाला काय झाले होते, हे जाणून घेण्याची उत्सुकता होती, पण मी दमून गेलो होतो. गरम पाण्याने आंघोळ केली आणि अंथरुणावर पडलो.

झोप आली नाही.

सकाळी हॉटेल-मालकाची मोटार घेऊन मी बाजारपेठेत गेलो. भारतीय शिंप्याकडे

दोन हाफपँट शिवायला टाकल्या. सुई-दोरा आणि वेगवेगळ्या आकारांची बटणे खरेदी केली. काहीही झाले, तरी पुन्हा कामाला लागायचेच होते.

हॉटेलमध्ये परत आलो. अकराच्या सुमाराला थोडी सफरचंदे घेऊन मायकेलला भेटण्यासाठी हॉस्पिटलमध्ये जावे, असा विचार होता; पण माझ्या अगोदर हॉटेलात येऊन तोच रागावून बसलेला दिसला. हॉस्पिटलमध्ये त्याला राहायचे नव्हते. तीन दिवस मीच इंजेक्शने द्यावीत आणि आठवड्यानंतर टाके काढावेत, असे त्याने ठरवले होते.

वीस मिनिटांतच आम्ही बनागीच्या दिशेने निघालो.

एक आठवडा उलटला.

गोरोंगोरा क्रेटरमधले झेब्रे आम्ही पकडू लागलो. पावसाळ्याच्या दिवसात इथले झेब्रे क्रटर ओलांडून पटांगणात जातात का, याचा तपास आम्हाला घ्यायचा होता. आजपर्यंतच्या सर्व शिकाऱ्यांची तशी समजूत होती. केनया सरकारसाठी प्रो. पिअरसन नावाच्या लंडन येथील तज्ज्ञानेही असेच इतिवृत्त दोन वर्षांपूर्वी सादर केलेले होते. पावसाळ्यात इथले झेब्रे पार्कच्या मध्य भागातील कुरणात जातात, अशी पूर्वापार समजूत होती. अर्थात, आतापर्यंत ही गोष्ट कोणी सिद्ध केलेली नव्हती. पावसाळा सुरू झाल्यावर ह्या भागात मोटार चालवणे अशक्य होते. विमानाने आम्ही अनेक फेऱ्या क्रेटरवरून मारल्या. त्यात कुठेही आम्हाला क्रेटरमधील जनावरे बाहेर पडताना दिसली नाहीत. आमच्या मोजणीच्या वेळा, सेरनगटीला पूर्व भागात सात हजार विल्ड बीस्ट हिंडताना आम्हाला आढळले. लगेच आम्ही विमानाने क्रेटरमध्ये आलो आणि तिथे मोजणी केली. जुन्या समजुतीनुसार ही सात हजार जनावरे क्रेटरमधून आलेली होती, पण आम्ही मोजणी केली, तेव्हा क्रेटरमधील जनावरांची संख्या कमी झालेली नव्हती.

गारोंगोरो क्रेटरमध्ये झेब्रे पकडण्यात आम्हाला अपयश आले. इथे हवा थंड होती; जनावरांच्यात जास्ती ताकद होती. पाठलाग करूनही ती लवकर दमत नव्हती. मोटारीबरोबर न पळता आडवे होऊन पळून जाण्याची युक्ती ही जनावरे लगेच शिकली. निसरड्या गवतावरून आम्हाला मोटार नीट हाकता येईना. पाऊस पडू लागला. मध्येच आमची गाडी उलटली आणि चिखलात पडली. कॅमेऱ्यासह मी चिखलात पडलो. सुदैवाने कुणाला विशेष दुखापत झाली नाही. फार खटपटीने मोटार पुन्हा चार चाकांवर उभी राहिली. नंतर लक्षात आले की, पेट्रोल संपल्यामुळे आता परत घरी कसे जायचे, असा प्रश्न त्याच्यापुढे उभा राहिला.

मायकेलला एकाएकी कल्पना सुचली. विमानात दोन गॅलन पेट्रोल होते. परतण्यासाठी आम्हाला दीड गॅलन पुरे होता. तीन पिंट पेट्रोल मोटारीत टाकायला काहीच हरकत नव्हती.

ही खटपट चालू असतानाच आभाळ भरून आले आणि पावसाला सुरुवात झाली. आम्ही तातडीने उड्डाण केले. क्रेटरच्या बाहेर पडलो.

बाहेर आकाश स्वच्छ होते. दूर क्षितिजावर दिसणाऱ्या बनागी टेकड्यांच्या दिशेने आमचे विमान जाऊ लागले.

एक योजना फिसकटली होती, पण आम्ही दुसरी आखत होतो.

चोरटे शिकारी

हल्ली प्रवाशांना विमान-प्रवास चैनीत करता येतो. खाली अथांग दर्या असला, तरी उतारू निवांतपणे झोपतात. खाली किर्र जंगल असते आणि वर ते कोंबडीवर ताव मारत असतात. असा विमान-प्रवास करणाऱ्यांनी, मायकेलने आणि मी केला तसा विमानप्रवास एकवार करून पाहावा, असे मला फार वाटते.

सुरेख सकाळ होती. आम्हाला आज जनावरांची मोजदाद करावयाची नव्हती किंवा नैरोबीला जाऊन नित्योपयोगी सामानसुमानही आणावयाचे नव्हते. आज आम्हाला फक्त विमानातून फेरफटका मारावयाचा होता. बनागी आणि सरोनेरा टेकड्या सोंगट्याएवढ्या दिसेपर्यंत आम्ही आभाळात उंच चढलो. व्हिक्टोरिया सरोवराची लखलखीत पट्टी दिसू लागली.

शेवटी मायकेल म्हणाला, "आता यापेक्षा वर जाता येणार नाही. हवा फार विरळ आहे." समुद्रसपाटीपासून अठरा हजार फूट उंच गेलो होतो.

मग आम्ही पुन्हा खाली उतरलो. ऊन-सावलीचे नक्षीकाम असलेले विशाल रान पुन्हा दिसू लागले.

एकाएकी मायकेल म्हणाला, "बाबा, खाली काय ते बघितलेत का?"

दोन नद्यांच्या मधल्या भागात एक काळी रेषा दिसत होती. खाली वावरणाऱ्या माणसांना आमचा पत्ता लागला नव्हता. आवाज होऊ न देता आम्ही सावकाश तरंगत होतो. काटेरी झुडपांच्या फांद्या रोवून लांबच लांब कुंपण घालण्याचे काम चाललेले होते. मधूनमधून वीस-वीस यार्डांवर वाटा ठेवलेल्या होत्या. झेब्रे, विल्ड

बीस्ट, काळविटे यांना पलीकडे जाण्यासाठी ह्या वाटा होत्या.

ह्या वाटांवर जाणारी जनावरे ह्या फासावर अडकणार होती. तरस, कोल्हे त्यांना जिवंतपणीच खाणार होते. नद्यांच्या काठावर असलेल्या झाडांवर हजारो गिधाडे आशाळभूतपणे वाट पाहत बसलेली होती.

"शिकारचोर!" रागाने मायकेल ओरडला.

मोटार बंद ठेवून आम्ही विमान खाली खाली आणले. खाली असलेल्या लोकांपैकी पाच जण झेब्रा फाडत होते. दोन माणसांनी खांद्यावर घेतलेल्या काठीवर मांसाचे तुकडे टाकले. हे ओझे घेऊन ती माणसे सावलीच्या दिशेने चालू लागली.

मायकेल म्हणाला, "माझ्यापाशी मशीनगन पाहिजे होती आत्ता."

आम्ही बटन दाबून इंजीन सुरू केले आणि आवाज करत, जमिनीपासून बारा पंधरा फुटांवरून चक्कर मारली. आभाळातून एकाएकी काही येईल, याची ह्या चोरट्या शिकाऱ्यांना कल्पना नव्हती. चोरटे इकडे-तिकडे पळू लागले. काही जण जमिनीवर पालथे पडले.

काही क्षणांतच पालथे पडलेले लोक गुडघ्यावर आले आणि त्यांनी आमच्यावर बाण टाकले. हा अगदी खुळेपणा होता. त्यांचे बाण आमच्यापर्यंत पोचले नाहीत.

मग आम्हाला खुमखुमी आली. 'खाली उतरून दोन हात करू या का? नको. खाली डुकराची बिळे असतील.' उतरण्यात धोका होता. शिवाय आमच्यापाशी काही हत्यार नव्हते. ह्या शिकारचोरांचे बाण विष पाजलेले असण्यची शक्यता होती. आम्ही कोणी अधिकारी पोलीस नव्हतो. ह्या लोकांना पकडण्याचा अधिकार आमच्यापाशी नव्हता.

आमचा अभिमान राखण्यासाठी पुन्हा एकवार फेरी मारून आम्ही पाचशे फूट वर गेलो. मुक्कामाकडे परतलो.

विमानातून उतरल्यावर आमच्या ध्यानात आले. चोरट्या शिकाऱ्याचा बाण आमच्यापर्यंत पोचला होता. विमानाच्या एका पंखात बाण घुसला होता. फाळाचे टोक वाकल्यामुळे हा बाण उपसून काढणे अवघड होते. मायकेल माझ्या खांद्यावर उभा राहिला. पंखात घुसलेला बाण त्याने बेताने उपटून काढला. मी म्हणालो, "जपून रे, विष पाजलेला असणार तो!"

असल्या बाणाने बोट कापले गेले असते, तरी बस्स. तुमचे भरले म्हणून समजावे. ह्या विषावर उतारा नाही.

हे विष एका विशिष्ट प्रकारच्या झाडापासून काढतात. हे झाड इटालियन ऑलिव्ह वृक्षासारखे दिसते. त्याला बोराएवढी लहान फळे येतात. पिकून तांबडी झाल्यावर त्याचा मुरांबासुद्धा घालतात. ह्या जातीची सगळीच झाडे विषारी नसतात. विषारी झाडे शोधून काढणे अवघड असते. फार थोडी झाडे सापडतात. बुंध्याशी

मरून पडलेले लहानसहान प्राणी बघून जंगली लोक हे झाड नेमके शोधून काढत असावेत. मुळ्यांचे, फांद्यांचे लहान तुकडे उकळवून हे विष तयार करतात.

विषारी बाणाने शिकार करण्यासाठी माणूस नेमबाज पाहिजे असे नाही. प्राणी पायात जखमी करून सोडला, तरी पुरे. तो मेलाच. अशा तऱ्हेने मारलेली शिकार खाण्यातही काही धोका नसतो. जखमेजागचे मांस काढून टाकले, म्हणजे झाले.

विषारी सापासंबंधी

ऑक्टोबर महिना होता. आमच्या पत्र्याच्या झोपडीसमोर असलेल्या झाडाखाली मायकेल पुस्तक वाचत बसला होता. तासाभराने आमचा घरगडी टाम्बुर कुठूनतरी जाऊन परत येत होता, तो एकाएकी मायकेलकडे बघून ओरडला. हातवारे करून काठी शोधू लागला. त्याच्या ओरड्यामुळे सावध होऊन मायकेल उठला आणि त्याने झाडाकडे पाहिले. मंबा जातीचा साप खोडावरून सरपटत खाली उतरत होता. तो मायकेलच्या खांद्यापासून तीनएक फुटांवर होता.

ह्या सापाची लांबी बारा फूट होती.

झोपडीच्या अंगणातून सरपटत पलीकडच्या झाडाझुडपांकडे जाताना त्याला बांबूने अडवण्याचा प्रयत्न मायकेलने केला. त्यासरशी त्याने जमिनीपासून दोन फूट वर डोके उचलले, जीभ बाहेर काढली, पण दिशा बदलली नाही. शेपटाला धरून त्याला उचलण्याची हिंमत मायकेलला झाली नाही. शेवटी माघारी न वळता काटेरी झाडाझुडुपात तो दिसेनासा झाला. हा भयंकर विषारी साप झोपडीच्या आसपास राहू देणे धोक्याचे होते, म्हणून आम्ही तो शिरला ती झुडपे पेटवून दिली, पण साप जळला नसावा. बिळात शिरून त्याने पोबारा केला असावा. तो पुन्हा कधी दिसला नाही. आम्ही विसरून गेलो.

आफ्रिकेतील सुप्रसिद्ध मंबाशी आमचा संबंध आला हा एवढाच. हा प्राणी आफ्रिकेत विपुल आहे, पण मला कधी दिसला नाही. याचा अर्थ मंबानेही मला पाहिले नाही, असा मात्र नाही.

तरीपण, अंगावर शहारे आणतील अशा अनेक गोष्टी मी सांगू शकेन; ऐकलेल्या आणि वाचलेल्या. उदाहरणार्थ, नुकतेच लग्न झालेले एक जोडपे मधुचंद्रासाठी आफ्रिकेत आले होते. त्यांना काळा मंबा दिसला. गवतात असलेल्या ह्या प्रचंड सापाने घोड्याच्या उंचीएवढे डोके वर काढून या जोडप्याला पाहिले. लगेच घोड्याला टाच मारून जोडपे परत फिरले, दौडत निघाले; पण मंबाने त्यांचा पाठलाग केला. नवरानवरी आणि दोन्ही घोडे यांना तो चावला. चारीही प्राणी तत्काळ मरून पडले.

एका शेतकऱ्याने बंदुकीने मंबाच्या डोक्याच्या चिंधड्या केल्या. आपल्या बायकोला भीती दाखवणारा वळवळणारा मंबा त्याने घरी आणला आणि झोपायच्या खोलीत टाकला. दोन एक तासांनी खालच्या मजल्यावर मित्राबरोबर मौजमजा करणाऱ्या नवऱ्याच्या ध्यानात आले की, मुलांना झोपवण्यासाठी गेलेली आपली बायको अजून परत आलेली नाही. जाऊन बघतो, तर त्या वळवळणाऱ्या सापापाशी दुसरा साप बसलेला आणि बायको मरून पडलेली. तत्काळ त्याने सापही मारला आणि हंबरडा फोडला, ''अरेरे, बायकोला मारल्याचा सूड घेण्यासाठी नवरा येईल, हे मला कसं कळलं नाही!''

यावर मला एवढेच सांगायचे आहे की, सापांच्यात नवरा-बायको ही भानगड नसते. नर-मादी तेवढ्यापुरती एकत्र येतात. एका सापाने जरी मेलेला दुसरा साप बघितला, तरी त्याला कोणी मारले, हे त्याला माहीत नसते. काहीही असले, तरी तो सूड उगवण्याच्या मागे तरी खास नसतो.

विषारी साप माणसाची शिकार करत नाहीत. मारलेल्या शिकारीचे तुकडे करून खाण्याची पद्धत सापात नाही. आपले खाद्य ते गिळतात. आणि त्या मानाने माणूस भलताच मोठा प्राणी आहे. इतर लहानसहान प्राण्यांपेक्षा सापाने चावा घेतलेला माणूस बराच वेळ जिवंत राहतो आणि त्याच्यापासून सापालाच धोका असतो. म्हणून बहुतेक विषारी साप माणसाला टाळून बिळात, अडचणीत शिरतात. अर्थात माणसाने तेवढी संधी त्यांना दिली तर. जरी एखादे वेळी तो माणसाच्या समोर आला, तरी अंगावर धावून येण्याचा त्याचा इरादा नसतो. आपणच कधी बिळाकडे निघालेल्या सापाच्या वाटेत आडवे येतो आणि त्याला बापड्याला आपल्या तंगड्याखालून जावे लागते.

आफ्रिकेच्या जंगलात मी शेकडो रात्री काढलेल्या आहेत, पण रात्री एकाएकी घाबरून मी जागा झालो आणि छातीवर वेटोळे घालून बसलेला साप आढळला, अशी गोष्ट कधीही घडली नाही. म्हणजे असे कधी घडतच नाही, असे मात्र नव्हे!

तात्पर्य काय की, आफ्रिकेतील सापाचेही सिंह-हत्ती यांच्याप्रमाणेच आहे. तुम्ही बघण्यासाठी म्हणून बाहेर पडाल, तेव्हाच ते तुम्हाला दिसतील.

आमची बंदूक

दिवसांमागून दिवस आम्ही एकाच प्रश्नावर चर्चा करत होतो. सेरेनगटीत राहणारे, हे जनावरांचे प्रचंड कळप कसे कसे भटकतात?

ही जनावरे पावसाळ्याच्या दिवसांत बेचैन होऊन भटकतात, सेरेनगटी नॅशनल पार्कची जी नवी अमलात यावयाची हद्द होती, ती पूर्वेच्या बाजूने ओलांडून जातात, हे आम्हाला ठाऊक होते. त्यांची ही भटकंती काही आठवडे, महिने चालत असावी आणि वर्षांतील बराच काळ त्यांना पार्कच्या बाहेरच काढावा लागत असावा. पावसाळा आला की, एरवी लहान लहान टोळ्या करून चरणारी जनावरे मोठ्या कळपात सामील होत आणि हा प्रचंड कळप सपाट कुरणावरून हिंडत राही.

पावसाळा सोडला, तर इतर महिन्यांत हीच गोष्ट उलट असे. शंभर-दीडशे जनावरांच्या टोळ्या कळपातून फुटून निघून हद्दीबाहेरच्या भागात चरत. ही जनावरे कुठली? पावसाळ्यात कुरणातून हिंडणाऱ्या प्रचंड कळपांपैकी का?

'जनावरं रंगवली पाहिजेत, म्हणजे त्यांचा मार्ग बरोबर लागेल.' एक कल्पना सुचली. कुंपण घालायचे. फनेलच्या आकाराच्या बोळांतून ही जनावरे हाकून जाऊ द्यावयाची. वाटेत रंगाचे डबके ठेवायचे. पलीकडे जायचे, तर ह्या डबक्यातून पोहूनच जावे लागत असे. यामुळे जनावरे रंगून निघतील. काम होईल.

कल्पना ठीक होती, पण प्रत्यक्षात आणणे जवळ जवळ अशक्यच! जनावरांच्या अंगावर मुळात असलेला तेलकटपणा धुऊन काढायला हवा होता. शिवाय, आम्ही रंगवू म्हणत होतो, त्या विल्ड बीस्टची संख्या एकोणीस हजार चारशे एक्याऐंशी

इतकी होती आणि ते रंगाने काळे होते. काळे केस रंगवणार काय?

ऑईलपेन्टच द्यायला हवा होता!

कानात मुदी घालूनही काही उपयोग होण्यासारखे नव्हते. अगदी मोठ्या, चकचकीत रंगाच्या मुदी घातल्या, तरी हजार झेब्रांच्या कळपातून हा मूदवाला झेब्रा ओळखता आला नसता.

शेवटी, गळ्याभोवती कॉलर बसवून बघावे, असे निश्चित केले. कातडी कॉलर घालून पाहिली, पण ती उपयोगी नव्हती. उन्हा-पावसाने तिचा रंग उडून गेला आणि काही ओळखता येईना. तो नाद सोडून प्लॅस्टिकच्या कॉलरी करायचे ठरवले. त्या वजनाला हलक्या, रंगाने भडक आणि टिकाऊ असल्यामुळे आमचे काम झाले असते. जर्मनीला प्राणिसंग्रहालयातील झेब्राच्या, विल्ड बीस्टच्या गळ्याची मापे घेऊन कॉलरी तयार करवल्या; कापडापेक्षा चार-पाच पटीने जाड अशा. त्यांचा काही ताप जनावरांना होणार नव्हता. त्या कशात अडकण्याची भीती नव्हती. निघून पडण्याची शक्यता नव्हती. शिवाय विमानातून त्या चटकन ओळखताही आल्या.

काही अडचण नव्हती. फक्त एक होती, जनावरे पकडणे! तेही अगदी थोड्या वेळात. नाहीतर बाकीचा कळप फार दूर जातो आणि पकडलेल्या जनावराला तो गाठता येत नाही. एकवार जनावराच्या गळ्याभोवती कॉलर अडकवली, कानात मूद अडकवली की, ते जनावर चटकन ओळखता येई. गळ्यात तांबड्या रंगाची कॉलर घातलेला आणि कानातील मुदीवर क्र. २१-४ मे अशी अक्षरे असलेला झेब्रा १२ नोव्हेंबरला पुन्हा आढळला. पार्कच्या हद्दीबाहेर सत्तर मैल दूर चरणाऱ्या कळपात तो आढळला. एकतीस ऑक्टोबरला तो पुन्हा पहिल्या जागी पकडला होता, त्याच ठिकाणी दिसला. कळपात असूनसुद्धा पंधराशे फूट उंचीवरून आम्ही त्याला नेमके ओळखले.

गेली दोन वर्षे वर्तमानपत्रातून एका नव्या बंदुकीची तारीफ सारखी होत होती. आफ्रिकेत असलेल्या एका गोऱ्या शिकाऱ्यापाशी असली बंदूक होती. सहाशे डॉलर्सला तो विकायला तयार होता. त्याच्या म्हणण्याप्रमाणे, ह्या बंदुकीने गोरिला, हत्ती, सिंह असे कोणतेही जनावर काही मिनिटांपुरते बेशुद्ध करता येते. एकदा बेशुद्ध पडली की, ही जनावरे पकडून त्यांना पिंजऱ्यात सहज घालता येते.

ही बंदूक आम्ही घेतली. त्या माणसाकडूनच नव्हे, बंदुका तयार करणाऱ्या कंपनीकडूनच आम्ही ती मागवली. फक्त दोनशे डॉलर्स पडले. बंदूक दिसायला साध्या बंदुकीसारखीच होती, पण ती उडत होती कार्बनडायऑक्साइडने. ट्रिगर ओढला की, वीस ते तीस यार्डांवर गोळी जाई.

गोळी म्हणजे सुईच होती. ती जनावरांच्या कातड्यात रुते आणि गुंगी आणणारे औषध टोचले जाई.

चांगला शोध होता, पण पाळीव जनावरांनाच उपयोगी. रानातले झेब्रे बंदुकीच्या टप्प्यावर येऊच देत नसत. आम्ही दोनशे यार्डांवर आहोत, तोवरच ते धावायला लागत. शिवाय ह्या गोळ्यांना हादरा सोसत नसल्यामुळे त्या तयार ठेवता येत नसत. बंदूक उडवण्यापूर्वी गोळी तिथेच भरावी लागे आणि जनावरे तोपर्यंत तेथे नसत. ह्या गोळ्या पुष्कळदा हवा तेवढा पल्ला घेत नसत. नेमही चुके.

अखेर एके दिवशी खटपट करून आम्ही एका झेब्र्याच्या गोल पुठ्ठ्यांवर गोळी नेमकी मारली. झेब्रा आत्ता पडेल, मग पडेल, म्हणून वाट बघ बघ बघितली; पण काही झाले नाही. मोटारीने पाठलाग करून पळत्या झेब्र्याच्या पुठ्ठ्यातून ती सुई आम्हाला उपसून काढावी लागली. बघतो, तर गोळीचा स्फोटच झालेला नव्हता. सुई तपासून पाहण्याची बुद्धी आम्हाला झाली, हे बरेच म्हणायचे. नाहीतर, स्फोट झाला नव्हता, हे आम्हाला कळले नसते. उलट, औषधाचा डोस कमी पडला असावा, ह्या समजुतीने आम्ही तो दुप्पट केला असता आणि झेब्र्याचा जीव गेला असता.

बऱ्याच चाचण्या घेतल्यानंतर आम्ही निर्णय घेतला की, ही बंदूक उपयोगी नव्हती, धोकेबाज होती. ती घेऊन आम्ही जर्मनीला आलो. मायकेलने बराच खोल विचार केला, काही स्केचेस काढली आणि दोन-एक आठवडे तो एका वर्कशॉपमध्ये काम करत राहिला. परत आल्यावर नवीन बंदुकीने त्याने ओली ब्लँकेटे तारेवर टाकून त्यावर नेमबाजी करून पाहिली. खाटकाकडून मेलेली गुरे आणून त्यावर बंदूक उडवून पाहिली.

आता मात्र खरोखरीच 'चमत्कार करणारी अमेरिकन बंदूक' आमच्याकडे होती. नव्या बंदुकीची गोळी चाळीस यार्डांपेक्षा जास्ती दूर मारत येत होती. पहिल्या बंदुकीत उत्तम सुधारणा झाली होती. काही अडचण राहिली नव्हती.

आता एकच प्रश्न सुटायचा राहिला होता, बंदुकीत औषध कोणते वापरावे?

ऑपरेशनच्या वेळी माणसाला टोचतात, तेच औषध वापरावे, हे उत्तर चटकन सुचणारे होते; पण हा प्रकार तसा सोपा नव्हता. माणसावर शस्त्रक्रिया करताना डॉक्टर लोक एक विशिष्ट शीर घेऊन त्यात गुंगीचे औषध टोचतात. आम्हाला जनावराची शीर सापडणे शक्य नव्हते. स्नायूत टोचून परिणाम करणारे औषध वापरणे आवश्यक होते. म्हणजे औषधाचा डोस दुप्पट करणे आले. शिवाय ते कडकही नसले पाहिजे. कारण जिथे टोचले, तो भाग जायबंदी होता कामा नये. आमच्या गोळीत फक्त पाच क्युबिक सेंटिमीटर औषध मावेल, एवढीच सोय होती. माणसाला देतात ते औषध तीव्र बनवणे अशक्य होते. आम्ही बऱ्याच औषधकंपन्यांचा सल्ला घेतला, पण कोणी काही उपाय सुचवू शकले नाहीत.

ह्या अडचणी होत्याच. शिवाय ह्या औषधाचा परिणाम चटकन होणे आवश्यक

होते, नाहीतर घाबरून जनावर उधळायचे; कुठेतरी झाडाझुडुपात, नदीनाल्यात जाऊन पडायचे; झालेला परिणाम फार वेळ राहताही उपयोगी नव्हता. कारण उठून परत कळपात जाण्याइतका वेळ जनावराला मिळायला हवा होता. फार वेळ बेशुद्ध पडलेल्या जनावराला तरसा-कोल्ह्यांनी जिवंतच खाल्ले असते.

ज्या औषधाने माणूस आडवा होईल, त्या औषधाचा कुत्र्यावर परिणाम होईलच असे नाही. माणसापेक्षा दहापट जास्त वजन असलेला घोडा दहापट औषध दिल्याने जमिनीवर पडेल असे नाही. त्यापेक्षा जास्ती औषध त्याला लागेल, कारण माणसापेक्षा घोड्याचा मेंदू वेगळा असतो.

विल्ड बीस्टच्या एका कळपामागे आम्ही लागलो होतो. मगाबोने सावकाश मोटार थांबवली. मायकेलने नेम धरून गोळी झाडली. चरणाऱ्या सगळ्या जनावरांनी डोकी वर केली आणि पोबारा केला. दूरवर जाऊन ती पुन्हा थांबली.

आफ्रिकेत येण्यापूर्वी आमच्या औषधांचा (Nicotine Salicylate) प्रयोग आम्ही बकऱ्यांवर करून पाहिला होता. एका किलोग्रॅम वजनाला ४.५ मिलिग्रॅम ह्या प्रमाणात दिलेला डोस लागू पडला होता. आता धोका टाळण्यासाठी आम्ही विल्ड बीस्टला तिसरा हिस्सा डोसाचा दिला होता.

मारलेली गोळी जनावराला उजव्या फऱ्यात लागली होती. रक्त आले नव्हते. हातात स्टॉप वॉच घेऊन मी सेकंद मोजत राहिलो. बरोबर साडेपाच मिनिटांनी जनावर लटपटले. वेड्याखुळ्यासारखे करू लागले

आणि नंतर नव्वद सेकंदांनी खाली कोसळले.

मायकेल जवळ जाताच, ते धडपडून उठले. शिंगे रोखून हल्ला करावयाचा बेत दिसला. ह्या जनावरांची शिंगे जांबियाच्या टोकासारखी तीक्ष्ण असतात. म्हणून लांबूनच दोराचा फास टाकून आम्ही त्याला जमिनीवर पाडले.

या दाढीवाल्या, जून जनावराच्या कानात मूद होती. 'क्र. पंचवीस दहा शिलिंग बक्षीस' असा मजकूर पत्र्याच्या तुकड्यावर होता. आम्ही तो बुकात नोंदवून घेतला. हिरवी कॉलर त्याच्या गळ्यात घातली. सामानसुमान आवरले आणि गुंगीत पडलेल्या जनावरापासून पन्नास यार्ड दूर जाऊन ते कधी उठते, याची वाट बघत राहिलो.

आठ तास होऊन गेले, तरी जनावर उठले नाही. दरम्यान आम्ही त्याला उठवण्याचा प्रयत्न केला होता, पण काही उपयोग झाला नाही. फक्त जमिनीवर आडवे पडले होते, ते उठून बसून राहिले.

अंधार झाला.

त्याला सोडून जाण्याची छाती होईना. लगेच तरसांनी हल्ला चढवला असता. लांब कोंडाळे करून तरसे वाट बघत उभीच होती. मोटारीचे दिवे विझवले रे विझवले की, ही मंडळी धिटाईने पुढे येत होती. जनावर शुद्धीवर येत होते. रात्री अकरा वाजता त्याची नाडी पाहण्यासाठी मायकेल जवळ गेला. लगेच ते चार पायांवर उडाले, अंगावर धावले, दहाएक फूट चालले आणि पुन्हा खाली कोसळले.

आम्ही थांबून राहिलो.

दीड वाजता त्याला आम्ही पुन्हा उठवले. आमच्या मोटारीकडे न बघता ते वर्तुळाकार फिरत राहिले. बॅटरीचा उजेड टाकला, तरी काही परिणाम होईना. आम्ही वाटेत आडवे झालो, तरी ते तसेच चालत राहिले. बाजूने निघून जाईना. आवाज केला, तरी तो त्याला ऐकू येईनाच.

बॅटऱ्या विझवून आम्ही मोटारीकडे आलो आणि आत बसून राहिलो.

पाच एक मिनिटांनी एका तरसाने उडी घेऊन आगच्या पेशंटचे शेपूट पकडले, पण पेशंटला त्याचे काही भान नव्हते. तो आपला चालत होता. बॅटरीचा उजेड टाकून आम्ही तरसाला धुडकावून लावले.

वीस एक मिनिटे असे दिशाहीन भटकून, ते जनावर पुन्हा जमिनीवर झोपले.

आम्ही पहारा करत राहिलो.

शेवटी साडेसहा वाजता उठून ते सरळ, थेट नाकासमोर असे चालत राहिले. दोन मैल गेले. आता मात्र त्याला कळू लागले होते. मोटारीचा वेग वाढला की, तेही जलद पळत होते. दोन मैल गेल्यावर त्याला त्याचा कळप भेटला. अगदी गळ्यात घातलेली हिरवी जर्द कॉलर घेऊन हे जनावर कळपात मिसळले.

याचा अर्थ, बकऱ्यांचा डोस ह्या जनावराला भारी होता. प्रत्येक जनावरामागे

एक रात्र जागरण करणे आम्हाला शक्य नव्हते. आम्ही औषधाचे प्रमाण जरा कमी केले. पुढे अनेक दिवसांच्या अनुभवाने आम्ही ह्या जनावराला किती औषध लागते, याचे कोष्टक पक्के केले. १ एम. जी. के. जी. एवढा डोस पुरे होत होता.

पण तोच डोस काळविटांना दिला, तर त्यांना काहीही झाले नाही. मग आम्ही हळूहळू डोस वाढवला. अखेर नेमका डोस सापडला. ५ एम. जी. के. जी. एवढा डोस काळविटाला लागत असे. गोळी लागल्यानंतर सात मिनिटांनी काळवीट खाली पडले. लगेच आम्ही खुणेची कॉलर त्याला घातली. दोन-तीन मिनिटांनीच काळवीट उठले आणि झाले गेले विसरून कळपात सामीलही झाले.

विल्ड बीस्ट आणि काळवीट यांना आम्ही धरू शकत होतो, पण झेब्रे सापडेनात. ते आम्हाला जवळ येऊ देत नव्हते. सेरेनगटीमधला हा प्राणी महत्त्वाचा होता. त्याला तसे सोडून भागण्यासारखे नव्हते. आम्हाला अनुभवाने कळून चुकले होते की, बंदुकीने कुठलाही प्राणी पकडणे सोपे नव्हते. कोणता प्राणी किती डोस दिल्यावर पडतो हे नेमके कळण्यासाठी अनेक दिवस, अनेक आठवडे प्रयत्न करावा लागत होता.

गोरोंगोरोतील एक रात्र

मायकेलने एके दिवशी मला गोरोंगोरोत आणून सोडले. सिंहाच्या मेळाव्यात दोन गेंडे मी पाहिलेले होते. त्यांच्यापासून थोड्याच अंतरावर दोन बिबळे शिकार बघत होते.

विमानातील काही जड सामान आम्ही खाली उतरून घेतले. सिनेकॅमेऱ्याचे तिकाटणे, बॅगा, काही पेट्या असे सामान कमी करणे आवश्यक होते. पार्कचे दोन्ही गेमवॉर्डन आले. तिघांना घेऊन मायकेल एक तासभर गोरोंगोरोच्या बाहेर हिंडून परत येणार होता. चार माणसे आत घेऊन उड्डाण करणे अवघड होते. उतरणे तर त्याहूनही अवघड होते.

मी अंगातला शर्ट काढला, दुर्बीण गळ्यात अडकवली आणि फिरून यावे, म्हणून चालू लागलो.

ह्या दोघा बिबट्यांनी नुकताच एक कोल्हा मारलेला होता आणि आता ते मेलेल्या कोल्ह्याशी खेळत होते. एकाने कोल्हा तोंडाने उचलून घेतला आणि पंजाच्या तडाख्याने हवेत उडवला. दुसरा बिबट्या गवतात लपून बसलेला होता, त्याने नेमकी त्यावर उडी घेतली आणि झेल घेतला.

पाठीवर बसलेल्या पक्ष्यामुळे गेंडे हेरता आले. सिंह मात्र दिसेनासे झाले होते. एक फूट उंचीचे गवत असले, तरी सिंह त्यात दडतात. नर गेंडा कावराबावरा झाला होता, त्यावरून लुटारू जवळपास असावेत, असे वाटत होते. मान खाली घालून गेंडा एका विशिष्ट जागेकडे निघाला. त्यासरशी सुरेख आयाळ असलेला एक सिंह

गवतातून उठला आणि वीस यार्ड जाऊन पुन्हा खाली बसला. गेंडा पुन्हा त्याच्यावर गेला आणि त्याने ह्या सिंहाला हाकून लावले. वनराजांनी द्यायचा तो मान गेंड्याला दिला होता.

मी आपला ह्या सामर्थ्यवान प्राण्यापासून अंतर राखून उभा होतो. गाडीत बसून सिंहाच्या जवळ जाणे वेगळे आणि मोकळ्या माळावर, झाडझुड नसताना ते धाडस करणे वेगळे.

सामानापाशी जाऊन मी पडून राहिलो. दुपारच्या उन्हात असे डोळे मिटून पडून राहणे सुखाचे होते. जेव्हा आमचा उडता झेब्रा घर्रघर्र करत आला, तेव्हाच मी डोळे उघडले. मायकेल आता खाली येणार, असे वाटले, तेवढ्यात तो पुन्हा वर गेला, दिसेनासा झाला. काहीतरी विसरले असावे. पुष्कळ वेळ होता. मी काळजी केली नाही. 'येईल सावकाश!'

साडेचार वाजले. इतका वेळ उन्हात राहिल्यामुळे कोरड पडल्यासारखे वाटले. सुदैवाने मी चहाचा थर्मास जवळ ठेवलेला होता. चार एक तास मी उन्हात होतो, पण आफ्रिकेतील उन्हाची सवय झाल्यामुळे काही झाले नाही. अनेक वर्षांपूर्वी अगदी प्रथम मी आफ्रिकेत यायला निघालो, तेव्हा उष्माघाताच्या कितीतरी गोष्टी लोकांनी ऐकवल्या होत्या. 'बरं का, डोक्यावर नेहमी हॅट असू द्या', असे आवर्जून सांगितले होते.

आणि आता बोडकाच होतो!

मायकेल यायची वेळ झाली होती.

मी उठून हिंडू लागलो. दूर विल्ड बीस्टचा एक कळप चरत होता. त्यांच्यात काहीतरी गडबड होती, असे दिसत होते. दुर्बीण जुळवून मी पाहिले, तर फिक्कट विटकरी रंगाची काही वस्तू हिरव्यागार गवतावर पडलेली होती आणि भोवती उभे राहून जनावरे त्याच्याकडे पाहत होती. एक जण पुढे झाले. त्याने त्या वस्तूला नाक लावले. लगेच लटपटत्या पायांवर नुकतेच जन्माला आलेले पोर उभे राहिले. ह्या ज्वालामुखीच्या वाडग्यात ह्या वर्षाचे ते पहिले पोर असावे बहुधा.

बाळाच्या जन्माचे कौतुक सगळ्या कळपात होते. ते पोर चालू लागल्याबरोबर दहापंधरा जनावरे त्याच्या मागोमाग चालत राहिली. पोर खाली पडताच त्याच्याभोवती सर्वांनी कडे केले. जवळ येऊन त्याला नाके लावली, ऊठ म्हटले. ह्यासाठी शिंगांचा वापर त्यांनी केला नाही. एक जनावर मात्र अधूनमधून शिंगे उगारून बाकीच्या जनावरांना भीती दाखवत होते. ती आई असावी बाळाची.

येत्या काही आठवड्यांत, अशी शेकडो पोरे जन्म घेतील. मग त्यांचे विशेष कौतुक कुणाला वाटणार नाही. हे पोर मात्र जिवंत राहणे कठीण होते. आताच चार तरस त्यावर आपले हिरवे डोळे लावून उभे होते. त्यातला एक अगदी जवळ आला,

तसे एक दांडगे जनावर धावून त्याच्या अंगावर गेले. तरसाने थोडी माघार घेतल्यासारखे दाखवले. तरस नेहमीच मेल्या जनावरावर आपली भूक भागवत नाहीत. हरणांची अनेक पोरे ते खाऊन टाकतात.

हे जंगलातले जीवन! कोणी म्हणतील, तरसांना मारून टाकावे; पण त्यामुळे निसर्गाने राखलेला तोल गेला असता. एकदा, पूर्व आफ्रिकेत बिबट्याच्या शिकारीवर बंदी घातली होती. तर डुकरे आणि माकडे भरमसाट झाली. शेतीवाडीचे त्यांनी फार नुकसान केले.

सहा वाजले. मायकेल आला नाही, म्हणून मी अस्वस्थ झालो. सातला सूर्य मावळणार, म्हणजे आता दहाएक मिनिटांतच मायकेल यायला पाहिजे होता. नसता आला, तर विमानाला अपघात झाला, म्हणून समजावे लागणार होते. मला काळजी पडली. जवळ बॅटरी नव्हती. काड्याची पेटीही नव्हती. रात्र अंधारी होती.

एकाएकी विमानाची घरघर ऐकू आली. उंच पश्चिमेकडे, कड्यावर विमान दिसले; पण ते पट्टेरी नव्हते. त्याने लेमाग्रूट ज्वालामुखीच्या बाजूने वळण घेतले. मी घामेजून गेलो. 'मायकेलच्या विमानाला अपघात तर झाला नाही? त्याला मदत करण्यासाठी तर हे विमान आलेले नाही?'

विमान इकडेच आले. ते मलाच शोधत असावे. शर्ट उडवून मी त्याला खूण केली, पण ते खाली उतरले नाही. एक पिशवी खाली टाकून निघून गेले. धावत जाऊन मी ती पिशवी उचलली. आत एक चिठ्ठी निघाली. तिच्यावर संदेश होता – 'मायकेलचे विमान नादुरुस्त झाले आहे. तो नैरोबीला विमान घेऊन गेला आहे. आम्ही जातो आहोत, त्या दिशेने चालत या.'

विमान परत वळले. आणि प्रथम आले, त्या दिशेला काटकोन करून गेले. दिसेनासे झाले. घरघर ऐकू येईनाशी झाली.

मी पेटीवर बसलो. विचार केला. 'कोणती दिशा? प्रथम विमान आले ती की पुन्हा गेले ती?' पहिली दिशा आग्नेय होती. ती धरून क्रेटरच्या आत असलेल्या सरोवराच्या काठी मी गेलो असतो, तर झोपण्याची व्यवस्था असलेली एक झोपडी तिथे होती. शंभर चौरस मैल असलेल्या क्रेटरमध्ये एवढी एकच निवाऱ्याची जागा होती. दार उघडणे जमले असते, तर ह्या झोपडीत मी सुरक्षितपणे रात्र घालवू शकलो असतो; पण मी ही झोपडी डोळ्यांनी पाहिली नव्हती. शिवाय ती तीनएक तासांची वाट होती. आता वीस मिनिटांनीच अंधार होणार होता; आणि सरोवराच्या काठाला असलेले सिंह मी अनेकवार पाहिले होते!

'नो थँक्स! आहे इथेच मी बरा आहे.' इथले वाळले गवत खाण्यासाठी कडक थंडीच्या रात्री जनावरे फिरकणार नव्हती. 'जनावरे नाहीत, म्हणजे सिंहही नाही. मला काही धोका होणार नाही.' ह्या क्रेटरच्या आत सिंहाने, बिबट्याने कुणा माणसाचा

जीव घेतल्याचे मी ऐकले नव्हते. मला झोपही मुळीच येणार नव्हती. एक गोष्ट बरी होती. कॅमेऱ्याचे तिकाटणे एका जुन्या झोपण्याच्या पिशवीत घातलेले होते. ह्या पिशवीत शिरून झोपणे शक्य होते. पण एवढासा आवाज झाला, तरी तरस आले. काहीही चमकले, तरी सिंह आला, असे मला वाटणार, ह्यात शंका नव्हती. तिकाटण्याचे तिन्ही पाय मी फाकता येतील, तेवढे फाकले आणि त्यावर कापड घातले. थोडा तंबूसारखा आकार आला. निवारा झाला. जवळ होत्या त्या पेट्या, पत्र्याच्या थाळ्या, पेले मी ह्या तंबूभोवती गोलाकार पसरून ठेवले. वास काढत एखादे जनावर आले, तरी ह्या वेगळ्या वासाने थबकावे, गोंधळावे हा हेतू!

आणखी एक दिवसाचे आयुष्य मिळावे, म्हणून मी काहीही दिले असते. सिनेमा थिएटरात आणि टेबलापाशी घालवलेल्या अनेक रात्री मला आठवल्या. उजेड नसला म्हणजे काही करता येत नाही. विचार करायचा, काळजी करायची आणि मिनिटे मोजायची.

त्या झोपडीपेक्षा दक्षिण बाजूचा कडा जवळ होता. तासाभराची वाट होती. कड्याखाली असलेल्या हिरव्या उतारावर थोडीशी झाडीही होती. ह्या झाडीत काहीतरी दिसत होते. दुर्बिणीतून पाहूनही ते झुडूप होते का झोपडी होती, हे नेमके कळले नाही. अजून पंचवीस मिनिटे उजेड होता. मी गेलो आणि परत यायला वाट दिसली नाही, तर धोका होता. उंच गवतातून श्वापदे असणार होती.

कॅमेऱ्याचे तिकाटणे आणि इतर सामानसुमान होते, म्हणून घरासारखे वाटत होते. जंगलात किती थोडे पुरते!

विचार करण्यात वेळ गमावून चालणार नव्हते. पटकन निर्णय घेणे आवश्यक होते. बारा मिनिटे होती. थेट चालत झाडीकडे जायचे. तिथून पाहिल्यावर झोपडी आहे, असे नक्की दिसले, तर पुढे जायचे, नाहीतर लगेच परत फिरायचे. हत्याराभोवती बांधलेली रद्दी मी सोडून घेतली आणि ते कागद तिकाटण्याभोवती गुंडाळले. आता अंधूक संधिप्रकाशातही तिकाटणे दिसले असते.

चालू लागलो. पुन्हा वळून आजूबाजूच्या खुणा पाहून घेतल्या. दक्षिणेकडे दिसणाऱ्या एका दगडधोंड्याच्या दिशेने सरळ गेलो असतो, तर परत येण्याची वाट सापडली असती. ठीक.

मी कल्पना केली होती, त्यापेक्षा झाडी जास्त दूर होती. कॅमेरा आणि झोपण्याची पिशवी एवढीच बरोबर घेऊन मी निघालो होतो, त्यामुळे जलद चालत होतो. बारा मिनिटे झाल्यावर पुन: दुर्बिणीतून बघितले. झाडी जवळ नव्हती. माझा अंदाज चुकला होता. शिवाय ती झोपडी नव्हती, हे आता मी अगदी पैजेवर सांगू शकलो असतो. झुडुपच होते ते! पहिल्या जागी परत येण्यापूर्वी, मी आजूबाजूला बघितले.

समोर सात ते नऊ फूट खोलीची घळ होती. ती पार करून गेल्यावर तीन अंधूक रेघा दिसल्या. मला वाटले, माझ्याकडे तोंड करून तीन झेब्रे उभे होते. संधिप्रकाश मावळून चालला होता. कमरेइतक्या उंच गवतातून मी पुढे गेलो. आता पायाखाली जमीन ओली होती. मग एकदम तांबडा उजेड दूरवर दिसला आणि मी सुटकेचा नि:श्वास टाकला. रानटी लोकांची वस्ती असावी. बहुतेक मसाई लोकांची. काहीही असेना, मी निदान माणसांत तरी जाऊन पडलो असतो.

मसाईच होते. सहा तरुण योद्धे, दोन दहा-अकरा वर्षांची पोरे. सहाशे मेंढरांचा कळप मोकळ्या पटांगणात बसलेला होता. ह्या सगळ्या जागेवर वाळल्या लेंढ्यांचा फूटभर उंचीचा थर होता. भोवती काट्यांचे कुंपण नव्हते म्हणून आठही मसाई मेंढरांची पोरे पकडून, ती टोपल्यात घालून कळपाच्या मध्यभागी ठेवण्यात गुंतलेले होते.

एक भला तांबडा मसाई माझ्यापाशी आला आणि हात हातात घेऊन त्याने माझे स्वागत केले. तो बोलत होता, ते मला काही कळत नव्हते; पण मला आपले वाटत होते की, मथितार्थ समजत होता.

खाहिलीची आणि इंग्रजीची भेसळ वापरून मी त्यांना इकडे का आलो, हे सांगत होतो. बराच वेळ बोलल्यावर त्याच्या चेहऱ्यावर उजाळा दिसला. Ndegge हा शब्द त्याला कळला. मग तो पुन्हा मेंढरांच्या बंदोबस्तासाठी गेला.

मेंढरे घेऊन हे लोक रोज इथे येत असावेत. कळपाच्या मधोमध चार फांद्या रोवून एक घोडेखोप केलेली होती. पाऊस लागू नये, म्हणून वर कातडे घातले होते. ह्या खोपीच्या पुढे शेकोटी जळत होती. दाटीवाटीने बसलेल्या मेंढरांतून बगळ्याप्रमाणे पावले उचलून टाकत मी खोपीपाशी पोचलो. शेकोटीवरून टांग टाकली आणि खोपीत शिरलो. खाली चटई होती. लवकरच आठही मसाई आले आणि शेकोटीभोवती बसले. त्यांनी मला अनेक प्रश्न विचारले. काहीही न कळल्यामुळे मी उत्तरादाखल खांदे उडवत होतो. मला काही खाण्यासाठी देण्याचा त्यांचा इरादा असावा. खाणे या अर्थी असलेला Shukulla हा शब्द तेवढा मला कळला. यावर मी नको म्हणून मान हलवली. ताजे रक्त किंवा तसलाच काही पदार्थ ते मला देणार. तो खाण्याची माझी हिंमत नव्हती. खिशातून ब्रेडचा तुकडा काढून मी त्यांना दाखवला; पण मला भूक नव्हती, हे मी त्यांना पटवू शकलो नाही.

त्या लांबाट्या गड्याने खूण करताच दोन पोरे एक मेंढरू घेऊन आली. ते त्यांनी शेकोटीपाशी पाठीवर पाडले आणि हलू नये म्हणून त्याचे चारी पाय दाबून धरले.

पुढे काय?

ह्या मेंढराच्या कासेला प्या, असे मला सांगणार काय?

तोवर त्या मोठ्या मसाईने आपला भाला मेंढराच्या छातीला लावून कातडे

चिरले. भाल्याचा फाळ आत खुपसला. मेंढरू मारण्याची ही तऱ्हा मला फार निर्दयपणाची वाटली, पण त्या जागी रक्त आले नाही.

मसाईने मेंढरू दाबूनच मारले.

पुढची सगळी खटपट पोरांनी केली. मेंढरू फाडले. कोथळा काढून टाकला. प्लीहा, लिव्हर, मांसाचे तुकडे एका काठीला अडकवून जाळावर भाजायला धरले. त्या उंच मसाईने मेंढराच्या पोटावरचे आंत्रावरण सोलून चरबीची झालर असलेला तो पडदा माझ्यापुढे धरला. हे खाणार का, असे तो मला विचारत असावा. भाजून काय किंवा शिजवून काय हा प्रकार खायचा, ही कल्पना मला भयंकर वाटली; पण भेदरटपणाने मी मान हालवून म्हणालो, "हो."

यावर सगळे मसाई योद्धे हसले.

माझे कुठे चुकले, ते मला कळले नाही.

मोठ्या मसाईने काटकीला टोचलेले, अर्धवट भाजलेले लिव्हर मला खायला दिले. काटकी दोन्ही हातांनी तोंडापुढे धरून मी लिव्हरचा लचका तोडला. चव काही वाईट नव्हती. पुन्हा हशा झाला. एकाने सुरी काढून मला दिली.

मी सावकाशच खात होतो. कारण हे लवकर संपले, तर दुसरे आणखी पुढ्यात येईल, ही धास्ती होती.

जाळावर भले मोठे भांडे ठेवून ते सगळे मेंढरू मसाईंनी शिजू घातले. त्यांचे खाणे मला बेसुमार वाटले, पण दिवसभर माझ्यापेक्षा त्यांनी खूप कामही केले असले पाहिजे. काटकीला टोचलेले हृदय एका मसाईने माझ्यापुढे केले, तेव्हा मी नकार दिला. लगेच त्याने ते माझ्या डोक्यावर खोपीच्या दांडीला टांगून दिले. तरीही मी म्हणालो, "मी खाणार नाही!"

तो उंच योद्धा माझ्या शेजारी पसरला. शेकोटीकडे पाय केले आणि अंगावरचे ब्लँकेट तोंडावरूनसुद्धा ओढून घेतले. मी माझ्या पिशवीत शिरलो. कॅमेरा उशाशी ठेवला.

पोरांनी मेंढराचे पाय तोडले, जाळावर धरले. आपण चॉकलेट, गोळी खातो, तशी चवीने ती पोरे मेंढराचे पाय खाऊ लागली.

एक पोर गाऊ लागले. गाणे, हसणे चालू झाले.

माझ्या शेजारचा योद्धा घोरू लागला. दोन-तीन मेंढरेही घोरत होती. मेंढरे घोरतात, हे मला आजतागायत माहीत नव्हते. मघा हाकून लावलेले कुत्रे बेताने येऊन माझ्या पायावर झोपले. ठीक. तेवढीच ऊब!

दहा वाजल्यापासून पावणेचारपर्यंत मी झोपलो. नंतर दोन तास चांदण्या मोजल्या. 'तिकडे नैरोबीच्या हॉटेलात मायकेल निवांत झोपला असेल. विमान नादुरुस्त झाल्यामुळे तो बेचैन झाला असेल. पण कुणाला इजा झाली नाही, ही

केवढी समाधानाची गोष्ट आहे!' आता काही दिवसांतच आम्ही युरोपला परत जाणार होतो. तिकडून परत येईपर्यंत नैरोबीला टाकलेले विमान दुरुस्त झाले असते. 'मायकेल नैरोबीला गेला, हे एकपरीने बरेच झाले.'

साडेसात वाजता उजाडले. मोकळ्यावर हिंडून यावे, म्हणून मी उठायला लागलो, पण कुत्रा उठू देईना. जातिवंत धनगरी कुत्रा असला, म्हणजे एकट्या दुकट्या मेंढराला तो जागचे हलू देत नाही! त्याच्या इमानाचा मी आदर केला.

मेंढरे हिंडायला निघाली. एक मसाई माझ्याबरोबर आला. खुणा पाहून ठेवल्यामुळे मला माझी पहिली जागा बरोबर सापडली. तांबडी सुटकेस लांबून दिसली, तेव्हा मसाई म्हणाला, ''वुफा?''

म्हणजे मेला?

तसे काही नसल्याचे मी त्याला सांगितले.

माझे सगळे सामान सुरक्षित होते. माझ्या मित्रांनी मला नेण्यासाठी गाडी खात्रीने पाठवली असती, पण मसाईला हे पसंत पडले नाही. आपला भाला त्याने माझ्यासमोर रोवला आणि ओझे वाहण्यासाठी गाढवे आणतो, म्हणून तो धावत गेलाही.

एक तास झाला. चिंता वाटू लागली, पण भाला रोवलेला होता. 'त्याचा काय बरे विचार असेल?' विमानाला अपघात झाल्याचे ऐकून तो घाबरला होता खरा!

मसाई लोक फार शूर असतात. भुताखेतावर त्यांचा इतर भटक्या लोकांप्रमाणे विश्वास नसतो. कुरणावर हिंडणाऱ्या त्या श्रेष्ठ योद्ध्यांना एक देव पुरतो. अनेक देव लागत नाहीत. पुनर्जन्मावरही त्यांचा विश्वास नाही.

काही आठवड्यांमागे जिल्हाधिकाऱ्याला एक तरुण मसाई दिसला. म्हशीने हल्ला केल्यामुळे त्याला फार जखमा झाल्या होत्या. हाडे मोडली होती. पोटात शिंगे गेली होती. सगळ्या अंगभर जखमा झाल्या होत्या. जिल्हाधिकाऱ्याने त्याला उचलून आपल्या गाडीत घातले. हॉस्पिटलकडे जाताना गाडीला हादरे बसत होते. त्यामुळे मसाईला विलक्षण वेदना होत असाव्यात; पण तो मुळीच कण्हला, विव्हळला नाही. हॉस्पिटलमध्ये पोचल्यावर तो थोड्याच वेळात मरून गेला.

खरोखरीच, मसाई हे शूर लोक आहेत!

भाला रोवून गेलेला तो मसाई तीन गाढवे आणि दोन माणसे घेऊन परत आला. गाढवावर असलेल्या कापडी पडशीतून मी माझे सामानसुमान घातले आणि चालू लागलो. जाता जाता आजूबाजूला मी सतरा तरसे बघितली. गवतात बसलेल्या सिंहांना हाळ्या देऊन मसाईंनी हाकून लावले. ह्या लोकांना सिंहच घाबरत होते. दूर उडत असलेली धूळ मसाईंनी मला दाखवली. दोन मोटारी काही मैलांच्या अंतरावरून जात होत्या. मला शोधणाऱ्या लोकांच्याच ह्या मोटारी असाव्यात, पण त्या जवळ आल्या नाहीत.

तीन एक तास आम्ही वाटचाल केली. माझ्या डोक्यावर चपाचप ऊन लागत होते. माझ्या डोक्यावर मायकेलसारखे केस नव्हते.

मग एक गाडी आली. त्यांनी मला ओळखले. सुरुवातीला त्यांना वाटले होते की, मसाईच चालले होते. येताना ह्या लोकांनी खाणे आणले होते, पण मला काही खायची इच्छा नव्हती. मसाईंनी अर्धा अर्धा गॅलन पाणी पिऊन घेतले. मीही प्यालो. एक मसाई गाडीत बसला. तो रस्ता दाखवत होता. बाकीचे मसाई गाढवे हाकत मागून येत होते. गाडीचा ड्रायव्हर मला सिगरेट देऊ लागला. मी नको म्हणालो, पण मसाईने मूठभर सिगरेटी घेऊन ठेवून दिल्या. तू ओढ, म्हणून मी त्याला आग्रह केला, पण त्याला काही माहीत नव्हते. तरुण योद्ध्यांना सिगरेट ओढायची परवानगी नसते. प्रौढ झाल्यावर ते धूम्रपान करतात. गाडीत बसलेल्या युरोपिअन लोकांना ह्या मसाईबद्दल फार कुतूहल वाटत होते. मसाईलाही त्यांच्याबद्दल वाटत होते. समोर बसलेल्या युरोपिअन बाईचे केस त्याने हात लावून पाहिले. माझ्या हातावरच्या केसांचेही त्याला कौतुक वाटले. वरचेवर तो त्या केसांवरून बोटे फिरवून बघत होता. त्याच्या हातावर मात्र मुळीच केस नव्हते.

मायकेलच्या विमानाला काय झाले, हे मला नंतर कळले. उड्डाण करतानाच एक चाक टेकाडाला थटून विमानाचा पाय मोडला होता. अपघाताचा प्रसंग थोडक्यात टळला होता.

विमान घेऊन नैरोबीला जाण्यापूर्वी त्यानेच मला चिठ्ठी टाकली होती. अर्धवट झोपेत असल्यामुळे विमानाचा पाय मोडला होता, हे मला कळले नव्हते. आपलेच विमान होते, हेही कळले नव्हते.

जनावरांचा प्रवास

झेब्रांचा कळप दिसताच आम्ही त्यावर मोटार नेली आणि मोठ्या कळपातून काही झेब्रे बाजूला काढले. त्यापैकी एकाला निवडले आणि मोटार मागे लावली. तीस मैल वेगाने पाठलाग करून त्याला आम्ही थकवले. तो थकला, तशी मोटार जवळ घेऊन शेपूट पकडले. दोन-तीन जणांनी अंगावर लोंबकळून त्याला थांबवले. एकाने दोन्ही कान धरले, दुसऱ्याने मानेभोवती हात टेकून खालचा जबडा धरला.

जबडा धरण्याचे काम नेहमी गोर्डन करी. त्याला अनुभव होता. झेब्रा चावतो. त्याचे दात आपल्या हाडाचा चुरा करू शकतात. घोड्यासारखा झेब्रा लाथा मात्र कधीच मारत नाही.

पाच झेब्रे पकडून आम्ही त्यांच्या गळ्याभोवती कॉलरी घातल्या. कानांत खुणा अडकवल्या. प्राण्यांचा वेग किती असतो, हेही मी मोटारच्या स्पिडोमिटरवर पाहून घेतले. झेब्रे ताशी तीस मैल वेगाने धावतात. मग चित्ता भेटला. तासात एकोणतीस मैल अंतर त्याने तोडले. मग मात्र दमून खाली बसला. दुसरा एक चित्ता तीस मैल गेला, पण यापेक्षाही चित्त्यांचा वेग जास्ती असला पाहिजे. कारण त्यांचे नेहमीचे भक्ष्य – थॉमसन काळवीट – याचा वेग ताशी पस्तीस मैल असतो.

मायकेलला झेब्राचा जबडा धरायचा होता. मी म्हणालो, ''गेल्या खेपेला झाले ते पुरे नाही का?''

मला लेकुरवाळ्या कोंबडीसारखे वागायचे नव्हते; पण मायकेलचा हा मूर्खपणा होता. उद्या तो म्हणायचा, 'मी सिंहांना कसरत शिकवणार!'

मग मला आठवले, मी मायकेलएवढा होतो, तेव्हा मी सिंह, वाघ हाताळले होते. गंमत म्हणून उंच बांधलेल्या तारेवरून चाललो होतो! ही आठवण होताच, मला ओशाळल्यासारखे वाटले. आपण जुन्या पिढीतील म्हातारे माणूस झालो आहोत, असे वाटले.

मग मी हरकत घेतली नाही. म्हणालो, ''हवे तर बघ करून!'' आणि एका गलेलठ्ठ मादीने मायकेलचा अंगठा पकडला. हाडापर्यंत चावला.

प्रथम काही फार दुखले नाही, पण तासाभराने दुखू लागले. रात्री दुखणे फारच वाढले. शेवटी मी मायकेलला पेनिसिलीनचे इंजेक्शन दिले. सकाळी ठणका पार थांबला.

त्या झेब्राच्या मादीलासुद्धा ह्या प्रसंगाची चांगलीच आठवण राहिली. तिच्या गळ्यात आता पिवळीधमक कॉलर होती. आमची मोटार मैलभरावर दिसली की, ती आणि तिच्या संगतीने आलेले झेब्रे दूर पळू लागत.

अनेक जातींच्या जनावरांना खुणा करून सोडल्यामुळे त्यांच्या भटकंतीचा पत्ता आम्हाला नीट लावता आला; पण तो लागल्यामुळे सुख झाले नाही. नॅशनल पार्कची हद्द बदलण्याचा आणि व्याप्ती कमी करण्याचा सरकारी निर्णय म्हणजे दगडावरची रेघ होती!

हरणांचे, झेब्र्यांचे, विल्ड बीस्टचे कळप मध्यरेषेपर्यंतच जातात; पावसाळ्यात पूर्वेकडे ते जात नाहीत, असे अनेक वर्षे गृहीत धरलेले होते; आणि या समजुतीच्या आधारावर सरकारने हा निर्णय घेतलेला होता. आज असलेल्या पार्कच्या मध्यभागातून नवी हद्द जाणार होती!

आम्ही विमानातून अनेक फेऱ्या मारल्या. कळप मोजले. त्यांच्या मागोमाग जाऊन ते कुठे जातात, हे पाहिले. झेब्रे आणि विल्ड बीस्टच्या गळ्यात कॉलरी अडकवून त्यांना सोडून दिले. ही खूण केलेली जनावरे पुन्हा कुठे आढळतात, ह्याची नोंद ठेवली आणि आमच्या ध्यानात आले की, सरकारी समजुतीपेक्षा खरी गोष्ट वेगळी होती.

विल्ड बीस्ट, झेब्रे आणि हरणे यांचे कळप पावसाळ्याच्या दिवसांत, पार्कची हद्द सोडून खूप दूर जातात, असे आम्हाला आढळून आले. पूर्वेकडील भागात, उगवलेल्या नव्या गवतात ते चरतात; क्रेटरच्या पायथ्यापर्यंत जातात (नव्या हद्दीबाहेर) आणि कधी हद्दीबाहेर, तर कधी हद्दीच्या आत असे भटकत परततात. दरम्यान, ज्या गवताळ भागात ते चरलेले असतात, तो भाग पुन्हा नव्या गवताने भरून जातो. त्याकडे ते पुन्हा परततात. एका पावसाळ्यात त्यांचे हे फिरणे अनेकवार होते.

याचा अर्थ असा की, वर्षातील बरेच महिने नव्या पार्कच्या हद्दीत झेब्रे, विल्ड

बीस्ट क्वचितच दिसले असते. तीन लक्ष सदुसष्ट हजार जनावरांना हद्द ओलांडून बाहेरच राहावे लागणार होते. मग एका विशिष्ट भागात जनावरे राहावीत, त्यांना संरक्षण मिळावे, हा पार्क राखण्यामागचा हेतू सफल कुठे होतो?

नव्या योजनेप्रमाणे पार्कमधील सर्वांत निसर्गमय असा भाग तोडला जाणार होता; क्रेटर हायलॅण्डस, गोरोंगोरो, ओल्ड अव्हाय गॉर्ज् हे भाग जाणार होते आणि नवे पार्क एवढ्या जनावरांसाठी अपुरे होणार होते.

अत्यंत श्रमपूर्वक केलेल्या आमच्या संशोधनाचा काही उपयोग होता का?

सेरेनगटी पार्क नाहीसे होता कामा नये

वर्षातील बराच काळ सेरेनगटी नॅशनल पार्कमधील जनावरांचे प्रचंड कळप हद्दीबाहेर असतात, ही गोष्ट आतापर्यंत आम्ही सिद्ध केलेली होती. त्यांची भटकंती कोणत्या मार्गाने, कशीकशी होते, हेही आम्ही माहीत करून घेतलेले होते. भविष्यकाळी केव्हा ना केव्हा नव्या पार्कची हद्द कुंपण घालून संरक्षित केली जाणार होती. सर्व जनावरांना आतच राहावे लागणार होते. पार्कच्या आजूबाजूला वस्ती करून राहणाऱ्या लोकांपासून त्यांना संरक्षणही दिले जाणार होते; पण खरा प्रश्न असा होता की, जनावरे बाहेर का जात? केवळ सवय म्हणून का जरूरी म्हणून?

पार्कमधल्या गवताळ कुरणात कळप चरतात, तेव्हा सरसकट सगळे गवत ते खात नाहीत. काही ठिकाणी कमरेइतके गवत तसेच असते आणि त्याला तोंड न लावता जनावरे पुढे जातात. काही ठिकाणी मात्र बुडापासून खाल्लेल्या गवतामुळे कुरण गालिच्याप्रमाणे सपाट दिसते.

पावसाळ्याच्या दिवसांत सारीच गवते फुलावर येतात. त्यापैकी काही गवतांना उदी रंगाची फुले येतात आणि कुरण लखलखू लागते. रंगांची ही किमया जमिनीवरून चालल्याशिवाय दिसत नाही. उंच आभाळातून पाहिले, तर रंग दिसतच नाही. म्हणून आम्ही अगदी कमी उंचीवरून, म्हणजे साठ फुटांवरून ताशी पस्तीस मैल वेगाने विमान चालवून पाहिले. गवताचा रंग बदलला आहे, असे दिसताच खाली उतरलो. ज्या ज्या भागात गवत फुलावर आले होते, त्या सगळ्या जागा तपासायच्या, तर अनेक महिने, वर्षे लागली असती. कारण गवत फक्त पावसाळ्यातच फुलावर

येते आणि तेव्हा मोटारने प्रवास करणे अशक्य असते.

प्रत्येक ठिकाणी अदमासे तीनशे यार्ड त्रिज्येच्या परिघातील गवत तपासले. कोणत्या प्रकारचे गवत जास्ती होते आणि कोणते गवत खाल्ले गेले होते, हे आम्ही पाहिले. काही वनस्पतींचे नमुनेही आम्ही गोळा केले. दिवसाभरात ऊन काही तासच असे, त्या वेळी गोळा केलेली वनस्पती आम्ही सुकत घालत असू.

सेरेनगटीत असलेल्या सगळ्या वनस्पतींचे नमुने आम्हाला गोळा करावयाचे नव्हते. जनावरांना खाण्यायोग्य अशी गवते आणि वनस्पतीच आम्ही पाहत होतो. हे नमुनेसुद्धा एकशेसाठपेक्षा अधिक निघाले. मातीचे नमुने पिशव्यांत भरून तेही आम्ही शेती-संशोधन संस्थेकडे तपासासाठी पाठवून दिले. काही गवतांचे नमुनेही पाठवले.

ह्या सगळ्या उद्योगातून एक निष्कर्ष निघाला. जिथे उत्तम, पौष्टिक, कोवळे गवत असते, तिकडे कळप जातात. नुसते पोट भरणारे गवत ते खात नाहीत. सगळीच कुरणे चांगल्या गवताची नसतात. पार्कमधले काही चौरस मैल सोडून, उत्तरेच्या बाजूला काही चौरस मैल वाढवून काही उपयोग नव्हता. पार्कच्या मध्यभागीच जनावरे का राहतात, ह्याला कारण होते. चांगला चारा कुठे होता, हे त्यांना बरोबर माहीत होते.

सामानसुमान आवरून आम्ही विमानात घातले आणि नाटरोन सरोवराच्या दिशेने निघालो. ह्याच दिशेला इनगाई नावाचा ज्वालामुखी होता. मसाई लोक त्याला 'देवाचा डोंगर' म्हणत. गेल्या काही वर्षांत ह्या ज्वालामुखीचा उद्रेक झालेला होता.

आमचे विमान उंच चढले. खाली ज्वालामुखीचे तोंड दिसू लागले. मला ह्याचे फोटो घ्यायचे होते. ज्वालामुखीवरून आम्ही गेलो. थोडे खाली येऊन पाहिले. मध्यभागी असलेल्या दोन भोकांतून धूर येत नव्हता, पण लाव्हा उसळत होता. बाहेर लाव्हा रसाचा लोंढा खाली चार हजार फूटांवर असलेल्या नाटरोन सरोवराकडे गेला होता. चाळीस मैल लांब आणि तेरा मैल रुंद असे हे सरावेर होते.

गेल्या जानेवारीत या सरोवरातील फ्लेमिंगो पक्ष्यांची मोजदाद आम्ही केली होती. जगात फ्लेमिंगोच्या ज्या थोड्याशा जागा आहेत, त्यात ही सर्वांत मोठी जागा आहे. ह्या पक्ष्यांची गणती आम्हाला जनावरांची गणती ज्या पद्धतीने केली, त्या पद्धतीने करता आली नाही. विमान पाचशे यार्डांवर आहे, तोवरच ही पाखरे उडून जात. तीनशे फुटांच्या आत ते आम्हाला येऊच देत नसत. शिवाय त्यांना बुजवणेही बरे नव्हते, कारण हा अंडी घालण्याचा काळ होता. ह्या वेळी जर पक्षी बुजले असते, तर नवीन पिले कमी प्रमाणात जन्मली असती.

आम्ही विमानातूनच तीन हजार फूट उंचीवरून एकशे वीस फोटो घेतले. एकाला एक असे हे फोटो जुळल्यावर पक्षी नीट मोजता आले असते. फ्रँकफूर्टला

जाऊन हे सगळे फोटो जुळवून पक्षी मोजले. त्यांची संख्या एक लक्ष त्रेसष्ठ हजार सहाशे एकोणऐंशी एवढी भरली.

आता आम्हाला, सेरेनगटीवरच्या आमच्या रंगीत चित्रपटासाठी फ्लेमिंगोची काही दृश्ये घ्यावयाची होती.

विमान उतरवले ती जागा पांढऱ्या मिठाने माखलेली होती. दुर्बिणीतून आम्हाला दूरवर आरशाप्रमाणे चमकणारे पाणी दिसत होते आणि त्या काठाला पक्षी दिसत होते. आमचा जड सिनेकॅमेरा, पांघरुणे आणि खाण्यापिण्याचे साहित्य हे सगळे घेऊन मायकेलला पाण्यापाशी जायचे होते. तिथे रात्रभर मुक्काम करून दुसऱ्या दिवशी सकाळी पाखरांची दृश्ये घ्यायची होती. आमच्यापाशी ॲल्युमिनियमची एक हातगाडी होती; पण इतके सामान घेतल्यावर सरोवराच्या काठावर असलेला मिठाचा पापुद्रा फुटून ती खालच्या गाळात रुतली असती.

कुठे पायवाट दिसते का, हे पाहायचे होते. पुढे खुणेसाठी एक डोंगर ठेवून मी सरोवराच्या मध्य भागापर्यंत चालत जाऊ लागलो. म्हशींची पावले लागलेली दिसली. म्हणजे माझे वजन पेलण्याइतका मिठाचा थर जाड होता, पण काही जागी अद्याप पाणी होते. खाली गाळ होता. घोट्यापर्यंत माझे पाय गाळात रुतले. ही गोष्ट बरी नव्हती. ह्या गाळात पाय बुडल्यावर कातडी कुजण्याचा धोका होता, कारण पाय धुण्यासाठी गोडे पाणी जवळपास नव्हते. मी आणखी पुढे गेलो. आम्हाला पक्षी वाटले, ते पक्षी नव्हते. म्हसराच्या खुरांचे ठसे होते! मी मागे वळून पाहिले, तर तशीच पक्ष्यांची ओळ दिसली. हा दृष्टिभ्रम होता.

एक तास चाललो. चार-एक मैल अंतर तोडले, तरी पाणी दूर ते दूरच. निघालो तेव्हा 'ह्या इथे आहे', असे वाटले होते. हाही दृष्टिभ्रमच होता. मी माघारी वळलो आणि आल्या वाटेने परत जाऊ लागलो. विमान दिसतच नव्हते. उन्हाचा तडाखा बसत होता. हे सरोवर समुद्रसपाटीपासून दोन हजार फूट उंच आहे आणि चारी बाजूंनी डोंगराने वेढलेले आहे. माझ्या डोक्यावर कधी नव्हे ती हॅट होती, पण मिठाच्या थरावरून परावर्तित झालेले ऊन अंग भाजून काढत होते.

काठावर पोचलो.

दरम्यान तीन मसाई आले होते आणि मायकेल त्यांच्याशी बोलत होता. त्यांनी सिगरेटी घेतल्या नाहीत. आम्ही बरोबर आणलेले पाणी मात्र भरपूर पिऊन घेतले. तुम्ही गाढवांवरून आमचे सामानसुमान आत पाण्यापर्यंत न्याल का, असे आम्ही त्यांना विचारले आणि अडीच तास आमचा वादविवादच चालू राहिला. गाढवे आणली, तर मसाईंना सामान पोचवून परत मुक्कामावर जाणे होणार नव्हते, कारण अंधाऱ्या रात्री सिंहांनी हल्ला केला असता. बरे, आमच्याबरोबर इथेच राहिले, तर मुले-बायका तिकडे सोबतीशिवाय राहणार होत्या. मिठावरून चालण्याची सवय

गाढवांना नव्हती. त्यांचे पाय निकामी झाले असते आणि आणि ती मेली असती, आणि मेलेल्या प्रत्येक गाढवापाठीमागे दोनशे शिलिंग आम्हाला भरावे लागले असते. गाढव मेले नसते, आजारी पडले असते, तरीसुद्धा तेवढीच रक्कम द्यावी लागली असती. अशा बऱ्याच अटी मसाईंनी घातल्या. रात्र होण्याअगोदर विमानातून घरी सोडणार असाल, तर आम्ही गाढवे आणू, मग पैसे मुळीच देऊ नका, असेही त्यांनी सांगितले. ह्या पेट्या गाढवांना जड होतील. त्या उघडून बघू द्या. रात्री आम्हाला जेवण कोण देईल, अशा बऱ्याच अडचणी त्यांनी बोलून दाखवल्या.

मग भाले घेऊन ते उठले, दिसेनासे झाले. तासाभराने गाढवे घेऊन परत आले. त्यांनी दोन गाढवांवर सामान लादले. हातगाडीत उरलेले सामान घालून तिला तिसरे गाढव जुंपले आणि आम्ही चालू लागलो.

पन्नासएक यार्ड गेलो नाही, तोवर एका गाढवाच्या मनात आले की, घरी जावे; आणि तोंड फिरवून ते तुरुतुरु चालूही लागले. त्याबरोबर हातगाडीला बांधलेले गाढव त्याच्या मागोमाग उधळले. आमचे मूल्यवान सामान चारी दिशांनी विस्कटले. टेलिफोटोलेन्स गाळाने भरली.

आता सूर्य मावळायला आला होता. सरोवराच्या काठालाच वाळल्या भागावर मुक्काम करावा, असे मायकेलने ठरवले. नाठाळ वागणुकीबद्दल गाढवांना शिव्या घालत आम्ही पुढच्या उद्योगाला लागलो. विमान होते, त्या जागीच ठेवले. कॅमेऱ्याचे तिकाटणे उभे करून त्यावर मच्छरदाणी टाकली आणि आत शिरून जमिनीवर अंगे टाकली. डोकी, छाती, हात मच्छरदाणीत राहिले; बाकी अंगे बाहेर राहिली, ती ब्लँकेटनी लपेटून घेतली. दोघांचे उसे एक होते. माझे पाय दक्षिणेला होते आणि मायकेलचे उत्तरेला.

साडेआठच्या सुमारास पूर्ण अंधार झाला. वारा थांबला. डासांनी आमच्यावर सामुदायिक हल्ला योजला. एक-दोघे कुठूनसे मच्छरदाणीत शिरले. त्यांची शिकार करण्यासाठी आम्ही धडपडू लागलो, तेव्हा सारा तंबू हलू लागला. अर्ध्या तासाने मायकेल शिव्या घालत उठला आणि विमानात गेला. साऱ्या खिडक्या त्याने लावून घेतल्या. अशा कोंदट जागी झोपणे मला जमण्यासारखे नव्हते, म्हणून मी ती जागा सोडली नाही. चांदण्याकडे बघत उताणा पडून राहिलो.

दूर इनगाई डोंगरावर विजा लवत होत्या, पण चिंता नव्हती. हे काही पावसाळ्याचे दिवस नव्हते.

आभाळात ढग गोळा होत होते. जवळच कुठे तरी तरस ओरडले. सिंहाने गर्जना केली. दिवसा सगळे रान निर्जन वाटत होते, पण इथेही जनावरे होती. सिंहगर्जना अगदी शेजारी, शंभर फुटांवर होत होती, असे वाटत होते; पण हे खरे नव्हते, हे मला माहीत होते. अंधार आणि शांतता यांमुळे तसा भास होत होता इतकेच!

लवकरच आभाळ झाकाळून आले. उत्तरेकडे फक्त आकाश मोकळे होते. चांदण्या दिसत होत्या. विजा चांगल्याच चमकू लागल्या. जोरदार वारा सुरू झाला. डास नाहीसे झाले. मला काळजी वाटू लागली. पाऊस कोसळला असता, तर आम्ही होतो, ती जमीन दलदलीत झाली असती. विमान गाळात बुडाले असते. धावत जाऊन मी मायकेलला उठवले. तो लगेच जागा झाला. प्रसंगाचे गांभीर्य त्याला लगोलग कळले.

त्याने लगेच विमान सुरू केले. पण जोरदार वाऱ्यामुळे ते वळेना. भलताच वारा सुटला. पावसाचे मोठे मोठे थेंब पडू लागले. जोरदार पाऊस सुरू झाला. मी धडपडून बाहेर आलो. वीज लवत होती. तेवढ्या प्रकाशात चाचपडून मी विमानाचे सुकाणू शोधले आणि अंगच्या सर्व बळाने त्याच्यावर पडून राहिलो. जमीन निसरडी झाली होती. माझ्या वहाणा निसटून गेल्या होत्या. कसाबसा उभा होतो, तो ह्या धडपडीत निसटून पडलो. विमानाचे शेपूट धरून पुन्हा उभा राहिलो. शेवटी विमान वळले, वर चढले, आणि आम्हाला हवे होते त्या जागी जाऊन थांबले. इथे जमीन कठीण होती. थोडेफार गवतही होते.

मायकेलने उजव्या पंखातला स्पॉटलाइट आणि केबिन लाइट लावले. अंधारातून धडपडत जाऊन आम्ही सामानसुमान आणले आणि खिडकीतून विमानात टाकले. चिंब भिजल्यामुळे काही सामानसुमान आम्हाला टाकून द्यावे लागले. विमानात शिरून पायलटच्या जाग्यावर आम्ही बसून राहिलो.

अंगातले कपडे पाण्याने निथळत होते. विमानातली हवा आता थंड झाली होती. शर्ट, पाटलोणी काढून टाकून आम्ही तसेच बसून राहिलो. वादळ वाढले होते. पंखाखाली घुसून विमान उडवण्याचा त्याचा प्रयत्न चालू होता, पण तो यशस्वी झाला नाही. आम्ही चाकांना अटकण म्हणून पेट्या लावल्या होत्या.

अर्धवट भिजलेली आमची कातडी जाकिटे पांघरून आम्ही बसून राहिलो. विमानात गळू लागले. माझी जुनी हॅट मी डोक्यावर घातली. विजा कडाडत होत्या. सरोवराच्या जवळ आमचे विमान ही एकच धातूची वस्तू होती.

मी मायकेलला म्हणालो, ''शास्त्रानुसार आपल्यावर आता वीज कोसळलीच पाहिजे. कुठल्याही क्षणी ती कोसळेल!''

तो म्हणाला, ''सो व्हॉट? नशिबावर हवाला ठेवून काय होते ते पाहत बसण्याशिवाय आपण काही करू शकत नाही!''

त्याचे म्हणणे बरोबर होते.

वादळ थोडे कमी झाले, पण पाऊस कोसळतच होता. अधूनमधून चमकणाऱ्या विजांमुळे बाहेरचे दिसत होते. पाणी चढले होते. गाढवांनी ऐन वेळी माघार घेतली नसती, तर आता आम्ही सरोवराच्या आत सहा मैल असतो. छातीइतक्या पाण्यात

गाळातून चालत काठावर येताच आले नसते, ह्या विचाराने माझ्या अंगावर शहारा आला.

गाढव मोठ्या तैलबुद्धीचाच प्राणी म्हटला पाहिजे.

मायकेल म्हणाला, "आता आपण दोघेही मरून गेलो, तर केलेलं सगळं काम फुकट जाईल. एकानं तरी जिवंत राहिलंच पाहिजे!"

रात्री दोनच्या सुमारास हवा निवळली. माझ्या मानेवर हुळहुळत होते. 'आता विपुल केस असलेला मायकेल पुढे माझ्यासारखाच विरळ केसांचा टकल्या होणार का? त्याच्या उघड्या मांड्या कशा गुळगुळीत, तरुण होत्या.' वय झाल्यावर मायकेलचा देहसुद्धा माझ्याप्रमाणे सुरकुत्यांनी भरणार, हा विचार मन उदास करणारा होता. विशी ओलांडल्यावर सगळीच माणसे विरू लागतात; पण हे ध्यानात येते चाळीशीनंतर! मायकेल कधी लठ्ठ होणार नाही, हे मात्र निश्चित! तो फार चपळ, कामसू होता. त्याचे खाणेही मोजके होते.

मी तीन वर्षांचा होतो, तेव्हा माझे वडील वारले. आई सांगे की, मुलांना कसे वागवावे, हे त्यांना कधीच कळले नाही. दुसऱ्या लोकांची मोठी झालेली मुले आपल्या बापाबरोबर विद्वत्तापूर्ण चर्चा करताना पाहिल्यावर माझ्या वडलांना त्यांचा हेवा वाटे. आता सुदैवाने मला तसा मुलगा होता आणि माझ्या कामात तो बरोबरीने भाग घेत होता.

मायकेलचा हात उचलून आपल्या मांडीवर ठेवावा आणि थोपटावा, असे मला वाटले; पण तो जागा झाला असता. आणि पुरुष कधी आपल्या मुलाला थोपटत नाहीत. आई थोपटते.

मायकेलला आपल्या मुलाशी कसे वागावे, हे चांगले कळत होते. त्याच्या वयात मला हे कधीच कळले नाही. आपल्या वडलांना सकाळी लवकर उठवून त्यांच्याबरोबर अंघोळ करण्याची परवानगी स्टिफानला होती. गेल्या खेपेला आम्ही आफ्रिकेला यायला निघालो, तेव्हा आपला बाप दूर चालला, ही जाणीव पहिल्यांदाच त्या पोराला झाली. तो रडला, ओरडला, विमानतळावर बापाला मिठी मारून बसला. त्याला जाऊ देईना. मायकेल आता माझ्यापाशी बसला आहे, तसाच आणखी वीस वर्षांनी स्टेफान त्याच्याशेजारी बसेल. माझे आई-वडील फार जगले नाहीत. मी जगेन, असे सांगता येत नाही; पण माझ्या वडिलांच्या जेवढ्या आठवणी माझ्यापाशी आहेत, त्यापेक्षा कितीतरी जास्ती आठवणी मायकेलपाशी असतील. आमचे काम पुढेही तसेच चालू राहील.

त्या रात्रीच आम्ही मेलो असतो, तर सेरेनगटीतल्या जनावरांसंबंधी आम्ही केलेल्या अनेक नोंदी प्रकाशात आल्या नसत्या. आम्ही घेतलेल्या सत्तर हजार फूट रंगीत फिल्मचे कोणी संकलन करू शकले नसते. सेरेनगटीतील जनावरे खुशाल

राहावीत, म्हणून कोणी काळजी केली नसती.

काही लोकांना ही गोष्ट महत्त्वाची वाटणार नाही. लोक म्हणतील, ''सिंह आणि झेब्रासाठी ह्या दोघांनी आपले प्राण फुकट वेचले!''

लोकांपुढे इतर ध्येये असतात. स्वातंत्र्य, विजय, राजकारण, धर्म, सत्तेचा विस्तार यांसाठी प्राण अर्पण करण्याची त्यांची तयारी असते.

हिटलरने लक्षावधी लोकांना धाकात ठेवले. त्याच्यासाठी लक्षावधी लोकांनी प्राण दिले आणि लक्षावधी लोक त्याच्याशी लढून मेले. आज जर्मनीमधल्या शाळकरी मुलांना हिटलरविषयी प्रश्न विचारले, तर त्यांना फार थोडे माहीत आहे, असे दिसून येते. हिटलरच्या अनुयायांची तर नावेसुद्धा मुलांना माहीत नाहीत.

मानवी ध्येयाने लोक लवकर उत्स्फूर्त होतात, पण तितक्याच लवकर ही ध्येये विसरतात. आपण नाश केला नाही, तर निसर्ग चिरंतन आहे! आज ज्या परिषदेच्या बातम्यांनी वृत्तपत्रे भरून गेली आहेत, त्या परिषदेसंबंधी आणखी पन्नास वर्षांनी कुणाला काही सोयरसुतक राहणार नाही; पण आणखी पन्नास वर्षांनी मावळत्या सूर्याने लालेलाल केलेल्या आभाळाच्या पार्श्वभूमीवर उभा राहून एखादा सिंह गर्जना करेल, तेव्हा ऐकणारा थरारून जाईल. त्याच्या हृदयाचे ठोके जलद पडतील. मग तो डेमोक्रॅट असो, बोल्शेव्हिक असो, इंग्लिश, जर्मन, रशियन, खाहिली कोणतीही भाषा बोलणारा असो. विशाल अशा ह्या कुरणावरून वीस हजार झेब्रांचा कळप हिंडताना पाहताच तो चकित होईलच!

आणखी पन्नास वर्षांनी, शंभर-दोनशे वर्षांनीसुद्धा कुरणावर दिसणाऱ्या ह्या सिंहांसाठी, झेब्रांसाठी आज काही कष्ट करणे, हा खरोखरीच वेडेपणा ठरेल का?

नऊ-दहा जानेवारीच्या रात्री मला झोप अशी फारशी लागली नाही. थंडी होती, हवेत ओलावा होता. बसल्या जागी मी सारखा चुळबुळत होतो. मायकेल जागा होऊ नये, याची काळजी घेत होतो. उजाडताच आम्ही आमचे कपडे पिळून वाळत घातले. भिजलेले सामानसुमान विमानावर वाळत घातले. माझ्यापाशी कॅमेरा नाही, याची चुटपुट लागली. कारण विमानाचा अशा स्थितीत फोटो घ्यायला हवा होता. कपडे आणि सामानसुमान, ब्लँकेटे थोडी वाळतात, तोच पुन: पाऊस सुरू झाला. लगेच अर्धेमुर्धे सुकलेले कपडे, सामान गोळा करून आम्ही विमानात टाकले. मी कमरेभोवती टॉवेल गुंडाळला, मायकेलने त्याची चतकोर चड्डी पिळून तशीच चढवली आणि विमान सुरू केले. गोरोंगोरो क्रेटरमधल्या झोपडीत आलो. इथे चांगले ऊन होते. कपडे वाळत घातले.

जनावरांची फिल्म घेताना असे प्रसंग वरचेवर येतात. हत्ती दिसावा, म्हणून तास-तास, दिवसामागून दिवस हिंडावे आणि शेवटी कंटाळून निराश व्हावे, तेवढ्यात अनपेक्षितपणे हत्ती समोर येतो, कान हालवून, सोंड उभारून घ्या फोटो,

अशा थाटात समोर उभा राहतो.

नेमका हाच प्रकार फ्लेमिंगो पक्ष्यांच्या बाबतीत घडला. त्याच सकाळी, क्रेटरमधल्या तळ्यात शेकडो पक्षी येऊन बसले. मोटार घेऊन आम्ही आत गेलो. गाळामुळे पुढे जाता येईना, म्हणून थांबलो, तर बोलावल्यासारखे सगळे पक्षी आमच्या मोटारीकडे आले. आमची मोटार आणि आम्ही यांच्याकडे त्यांनी संपूर्ण दुर्लक्ष केले. आम्ही अनेक दृश्ये घेतली, तरी ते हलेनात. शेवटी तो गुलाबी कळप उडाला, तेव्हा आम्ही सुटकेचा नि:श्वास टाकला, कारण आमची बरीच फिल्म खर्च झालेली होती.

मोटार आम्ही ठेवून घेतली. आमचे काम होईपर्यंत झोपडीतल्या गड्यांनी अननस, सफरचंद, केळी ह्या फळांचे सॅलड करून ठेवलेले होते. मांस भाजले होते. छान जेवण झाले आणि मायकेल विमान घेऊन गेला. इनगाई, नाटरोन सरोवर आणि सालेई कुरण पाहून तो परत येणार होता. ह्या भागातील जनावरांची दृश्ये दुसऱ्या दिवशी घ्यायची होती.

त्याने मला बरोबर घेतले नाही. येताना बनागीला उतरून आमचे दोन सहकारी त्याला आणावयाचे होते. विमानात असलेल्या चार बैठकींपैकी एक काढून ठेवली होती, कारण कॅमेऱ्याला जागा हवी होती. तीनच बैठकी होत्या. चार लोक विमानात राहिले असते, तर विमा कंपनीने हरकत घेतली असती.

मागे राहण्याबद्दल माझी काही तक्रार नव्हती. पुष्कळ काम होते. मी मायकेलला आवर्जून सांगितले की, साडेसहापर्यंत परत येच. पण उशीर होईल, उगीच धोका नको. मी रात्री बनागीला राहीन, असे तो म्हणाला.

मसाई पोरांनी आणि मी मोटार ढकलून काठाशी आणली.

मी टेबलाशी बसून कामाला लागलो. मायकेल जात होता, ही गोष्ट मनातून काढून टाकली.

विमानाचा आवाज बराच वेळ ऐकू येत होता.

नंतरची हकिगत

दुसऱ्या दिवशी सकाळी डॉ. ग्रझीमिक गोरोंगोरा क्रेटरमधल्या झोपडीत न्याहारी करत असतानाच कोणी आफ्रिकन माणूस आला आणि खिडकीतून त्याने एक चिठ्ठी टेबलावर ठेवली.

गेम वॉर्डनने लिहिले होते, 'कळवण्यास फार दुःख होते की, विमान कोसळून मायकेल ठार झाला आहे. त्याचे प्रेत आत्ता माझ्या घरी आहे.'

सोलई कुरणात पाणी शोधत असलेल्या एका इंग्लिश गृहस्थाने केवळ योगायोगाने मायकेलचे विमान पाहिले होते. सहाशे फूट उंचीवरून जाता जाता विमानाने एकदम खाली सूर मारला. सोबतचे लोक म्हणाले, विमान पडले असावे. तेव्हा त्या इंग्लिश गृहस्थाने त्यांना बघून या, म्हणून मोटार देऊन पाठवले.

छिन्नविच्छिन्न झालेले विमान त्यांना आढळले. विमानाने पेट मात्र घेतला नव्हता.

काळोख झाला होता. मोटारीचे दिवे लागेनात. काडी ओढून पाहाण्याची भीती वाटली होती. सांडलेल्या पेट्रोलचा दर्प येत होता. हे दृश्य पाहिलेले लोक परत त्या इंग्लिश माणसाकडे गेले. दुसरी मोटार आणि बॅटरी घेऊन अपघाताच्या जागी आले. मायकेलचे प्रेत त्यांनी बाहेर काढले. थकले-भागले होते, तरी दोघा आफ्रिकन माणसांनी रात्रभर प्रवास करून मायकेलला गोरोंगोरो क्रेटरच्या काठावर असलेल्या गेमवॉर्डनच्या घरी आणले.

मायकेल ग्रझीमिक जागच्या जागी तत्काळ ठार झालेला होता. सदैव हिरवीगार

असणारी अशी रम्य जागा शोधून तिथे मायकेलला पुरण्यात आले. ही जागा उंचावर होती. क्रेटरचा तळ तेथून दिसत होता, जनावरांचे कळप दिसत होते.

ब्रिटिश हवाई दलातील अधिकाऱ्यांनी अपघाताची चौकशी केली आणि कारणे शोधून काढली. विमानाच्या उजव्या पंखावर गिधाड आदळल्यामुळे पंख वाकले होते, त्यामुळे सुकाणूंशी जोडलेल्या केबल्स बंद झाल्या होत्या आणि विमानाने खाली सूर घेतला होता. सरकारी इतिवृत्तानुसार मायकेल ग्रझीमिक हा अनुभवी, सावध बुद्धीचा, विश्वासार्ह असा पायलट होता आणि झालेला अपघात त्याच्या निष्काळजीपणामुळे किंवा विमानातील मूळच्या दोषामुळे झालेला नव्हता.

या वेळेपर्यंत मायकेल ग्रझीमिकने हाती घेतलेले काम पूर्ण झालेले होते. गेल्या महिन्यातच चित्रपट पुरा झाला होता. जगातील लोकांना सेरेनगटीचे दर्शन घडवावे, आणि हे पार्क सुरक्षित राहावे, म्हणून त्यांची मदत मागावी, या हेतूने हा चित्रपट तयार करण्यात आला होता.

ईस्ट आफ्रिकन डेली प्रेसमध्ये प्रसिद्ध झालेल्या लेखात टांगानिका नॅशनल पार्कच्या अधिकाऱ्यांनी मायकेलच्या दुःखपूर्ण निधनाबद्दल शोक व्यक्त केला होता आणि म्हटले होते की, 'आफ्रिकेतील प्राणिसृष्टीचा अत्यंत साहसी आणि दक्ष असा कैवारी नाहीसा झाला आहे. लोकांनी मायकेल ग्रझीमिक मेमोरियल फंडाला मुक्त हस्ताने मदत द्यावी.'

यानंतर काळ्या, गोऱ्या लोकांनी पाठवलेल्या मदतीतून शास्त्रज्ञांसाठी एक प्रयोगशाळा बांधण्याचा निर्णय ब्रिटिश शासनाने घेतला. सेरेनगटीला होणाऱ्या ह्या प्रयोगशाळेला मायकेल ग्रझीमिकचे नाव देण्यात येणार होते आणि ही प्रयोगशाळा सेरेनगटी पार्कमधील प्राण्यांच्या संरक्षणाचे काम करणार होती.

ब्रिटिश शासनाने मायकेलच्या समाधीवर स्मारक-पाषाण उभा केला आणि त्यावर मजकूर खोदला –

मायकेल ग्रझीमिक

१२-४-१९३४   १७-१-१९५९

'ह्याने आफ्रिकेतील वन्य पशुपक्ष्यांसाठी आपल्याजवळचे सर्वकाही दिले – प्राणसुद्धा!'

नागझिरा

व्यंकटेश माडगूळकर

'पहाट होई ती दयाळ पक्ष्याच्या भूपाळीने. क्षितिजाकडे कललेला चांदोबा दिसे. झाडांचे उंच-उंच बुंधे, पर्णहीन असा त्यांचा विस्तार – यावरचे आभाळ हळूहळू उजळत जाई. माझ्या निवासापुढे कडीला टांगलेला कंदील फिकट पिवळा दिसू लागे. मग झटपट अंथरूण गुंडाळून मी आयुष्यातल्या या नव्या दिवसाचे सार्थक करण्यासाठी बाहेर पडत असे....'

भंडारा जिल्ह्यातील 'नागझिरा' अभयारण्यात गळ्यात दुर्बीण, मनात अमाप उत्साह आणि आस्था; केवळ या अल्पसा भांडवलावर लेखकाने मुक्काम ठोकला. काय सापडले या जंगलसफरीत... त्याचा हा वृत्तांत!

सत्तांतर

व्यंकटेश माडगूळकर

काळाप्रमाणेच संघर्षही सतत वाहतच असतो. त्याला खंड असा नसतोच. असलीच; तर भरती असते, पूर असतो. जेव्हा-जेव्हा खाणारी तोंडं भरमसाट वाढतात, गर्दी होते, तेव्हा-तेव्हा संघर्ष बळावून उठतो. जेव्हा उपलब्ध अन्नात, भूमीत वाटेकरी निर्माण होतात, तेव्हा संघर्ष उचल खातो. जेव्हा अस्थिरता निर्माण होते, एखादी जात धोक्यात येते, बाहेरून परकं कोणी येतं आणि बंदिस्त टोळीत घुसू पाहतं, तेव्हा संघर्ष उतू जातो.

ज्यांना बोलतायेतं; ते हा राग, उद्दामपणा, 'संघर्ष' शब्दांतून दाखवतात. ज्यांना बोलता येत नाही, त्यांचे राग-लोभ, प्रेम हावभावांतून, स्पर्शातूनच सांगितले जातात.

संघर्ष पेटला की, शस्त्रास्त्रं वापरली जातात. ज्यांना शस्त्रास्त्रं माहीतच नसतात, ते सुळे, नखं वापरतात.

'संघर्ष' सर्वत्र भरून राहिलेला असतो.

www.ingramcontent.com/pod-product-compliance
Lightning Source LLC
Chambersburg PA
CBHW070608180626
46817CB00005B/2045